Đồng Minh *của* Nhân Loại

♦

TẬP HAI

BỘ TÓM TẮT THỨ HAI

Đồng Minh *của* Nhân Loại

♦

TẬP HAI

♦

Sự Thống Nhất, Tự Do của Nhân Loại
& Thực Tế Ẩn Giấu của Sự Tiếp Xúc

Marshall Vian Summers

Đồng Minh của Nhân Loại, Tập Hai:
Sự Thống Nhất, Tự Do của Nhân Loại và Thực Tế Ẩn Giấu của Sự Tiếp Xúc

Được biên tập bởi Darlene Mitchell
Thiết kế bìa sách bởi Alan Bernhard, Boulder, CO
Thiết kế bìa bởi Reed N. Summers

TỰA ĐỀ BAN ĐẦU ĐƯỢC XUẤT BẢN BẰNG TIẾNG ANH
ISBN: 978-1-884238-35-1 *THE ALLIES OF HUMANITY, BOOK TWO: Human Unity, Freedom and the Hidden Reality of Contact*
Library of Congress Control Number: 2001130786

NKL Vietnamese POD Version 4.5
978-1-965580-30-1 (Vietnamese print)
978-1-965580-31-8 (Vietnamese ebook)

PUBLISHER'S CATALOGING-IN-PUBLICATION

Summers, Marshall Vian.
The allies of humanity, book two: human unity, freedom & the hidden reality of contact / Marshall Vian Summers
p. cm.
LCCN 2001130786
978-1-884238-35-1 (English print)
978-1-884238-62-8 (English ebook)

1. Civilization—Extraterrestrial influences.
2. Life on other planets. 3. Human-alien encounters.
4. Spirituality. I.Title.

BF2050.S86 2004 001.942
QB104-700339

LỜI CẢM ƠN
Quyển sách mà bạn đang cầm trên tay là sản phẩm của sự đóng góp hào phóng từ những người khác. Xin cảm ơn những độc giả trên khắp thế giới đã hưởng ứng lời kêu gọi và quyên góp hào phóng cho việc xuất bản quyển sách này. Bằng cách giúp chúng tôi lan tỏa thông điệp này trên toàn thế giới, bạn đang hỗ trợ phong trào quần chúng nhằm cảnh báo nhân loại về thách thức vĩ đại đang chờ đợi tất cả chúng ta. Mong rằng món quà của bạn, nhằm ủng hộ tự do của chúng ta, sẽ vang vọng xa vào trong tương lai.

Để nhận thông tin về các bản ghi âm, chương trình giáo dục và dịch vụ chiêm nghiệm của Hội, xin vui lòng truy cập trang web của Hội hoặc viết thư gửi:

THE SOCIETY FOR THE GREATER COMMUNITY WAY OF KNOWLEDGE
P.O. Box 1724 • Boulder, CO 80306-1724 • (303) 938-8401
society@greatercommunity.org
www.alliesofhumanity.org www.newmessage.org
www.alliesofhumanity.org/vi www.newmessage.org/vi

Dành tặng cho

các đồng minh của chúng ta bên ngoài thế giới,

những người mong muốn chia sẻ với chúng ta

tri thức và minh triết của họ về

sự sống trong Vũ Trụ để nhân loại có thể

hoàn thành định mệnh của mình như một chủng loài

tự do trong Cộng Đồng Vĩ Đại.

NỘI DUNG

Bốn Câu Hỏi Cơ Bản ix

Quá Trình Hình Thành của Các Bài Tóm Tắt của Đồng Minh xi

Đồng Minh của Nhân Loại là Ai? xvii

Lời Tựa của Đồng Minh cho Bộ Tóm Tắt Thứ Hai xix

CÁC BÀI TÓM TẮT CỦA ĐỒNG MINH

BÀI TÓM TẮT THỨ NHẤT: Vũ Trụ mà Bạn đang Trỗi Vào 1

BÀI TÓM TẮT THỨ HAI: Lý Do Sự Can Thiệp Đang Xảy Ra 11

BÀI TÓM TẮT THỨ BA: Ảnh Hưởng trên Nhân Loại 21

BÀI TÓM TẮT THỨ TƯ: Các Tập Đoàn 35

BÀI TÓM TẮT THỨ NĂM: Họ Muốn Gì 53

BÀI TÓM TẮT THỨ SÁU: Lời Kêu Gọi Hành Động 63

NHỮNG BÌNH LUẬN CỦA GIÁO VIÊN

Các Giáo Viên là Ai? 77

BÌNH LUẬN THỨ NHẤT: Vấn Đề về Việc Phủ Nhận của Con Người 79

BÌNH LUẬN THỨ HAI: Ảnh Hưởng của Chương Trình Bình Định 103

BÌNH LUẬN THỨ BA: Hiểu được Sự Can Thiệp 123

Thông Điệp từ Marshall Vian Summers 145

Có một Niềm Hy Vọng Mới trên Thế Giới 149

SỰ CHỐNG CỰ & TRAO QUYỀN:

Hành Động – Những Việc Bạn Có Thể Làm 153

Tóm Tắt 12 Điểm của Các Bài Tóm Tắt của Đồng Minh Nhân Loại . . . 157

PHỤ LỤC:

Định Nghĩa Thuật Ngữ 165

Thông Tin về Marshall Vian Summers 169

Sách của Thông Điệp Mới 171

Bốn câu hỏi cơ bản về

sự hiện diện của người ngoài hành tinh trên thế giới ngày hôm nay:

Điều gì đang xảy ra?

Tại Sao nó đang xảy ra?

Nó có ý nghĩa gì?

Chúng ta có thể chuẩn bị bằng cách nào?

Bộ Tóm Tắt thứ hai từ Đồng Minh Nhân Loại hoàn thành một thông điệp quan trọng về sự dễ bị tổn thương và tiềm năng của chúng ta trong Cộng Đồng Vĩ Đại, vũ trụ vật lý rộng lớn nơi chúng ta đang sinh sống. Được truyền đạt bởi một nhóm nhỏ các nhà quan sát ngoài hành tinh, các Bài Tóm Tắt tiết lộ bản chất và mục đích thật sự của Sự Can Thiệp ngoài hành tinh đang diễn ra trên thế giới chúng ta trong một thời gian khá dài rồi. Nhóm quan sát này đại diện cho Đồng Minh Nhân Loại, một hiệp hội các chủng loài tự do trong vũ trụ, những người ủng hộ việc bảo tồn Tri Thức và tự do xuyên suốt Cộng Đồng Vĩ Đại. Đồng Minh tách biệt mình với các thế lực can thiệp đang ở đây bằng cách giữ khoảng cách của họ và không trực tiếp tương tác với chúng ta. Thay vào đó, họ cung cấp cho chúng ta minh triết của họ về thực tế của sự sống trong vũ trụ và lời cảnh báo về những nguy hiểm và hậu quả của việc tiếp xúc sớm giữa con người và người ngoài hành tinh.

Sự ra đời của quyển sách *Những Bài Tóm Tắt của Đồng Minh* là kết quả của sự hội tụ hiếm hoi của ba thế lực mạnh mẽ: thế lực ngoài hành tinh, Thần Thánh và con người. Chính những thế lực thiết yếu này đã kết hợp để cho phép *Những Bài Tóm Tắt của Đồng Minh* được truyền tải dưới hình thức và ngôn ngữ có thể hiểu được bởi người dân bình thường. Trong quyển sách này, mỗi tiếng nói đều được thể hiện: tiếng nói người ngoài hành tinh trong Những Bài Tóm Tắt của Đồng Minh, tiếng nói Thần Thánh trong Những Lời Bình Luận của Giáo Viên và tiếng nói con người trong Thông Điệp từ Marshall Vian Summers.

Câu chuyện về sự ra đời của *Các Bài Tóm Tắt của Đồng Minh Nhân Loại* cũng kỳ diệu không kém gì chính Các Bài Tóm Tắt đó. Câu chuyện này được trình bày ở đây một cách tóm tắt để người đọc có thể hiểu rõ hơn mục đích của sự hợp tác vĩ đại này. Câu chuyện này mô tả vai trò của Đồng Minh và Sự Hiện Diện Thiên Thần trong việc giúp cho sự truyền tải xảy ra, cuộc đời bí ẩn của người đàn ông được chọn để nhận thông điệp này và tầm quan trọng của chính thông điệp đó.

Trước khi nhận lãnh bộ đầu tiên của *Những Bài Tóm Tắt của Đồng Minh*, Marshall Vian Summers đã làm việc hơn 20 năm với một Sự Hiện Diện Thiên Thần mà ông ngày càng tin tưởng và dựa vào trong cuộc sống và công việc của mình. Điều bắt đầu như một trải nghiệm tiếng nói nội tâm theo thời gian đã phát triển thành một mối quan hệ mạnh mẽ. Mối quan hệ này đã chuẩn bị ông cho mức độ vĩ đại của Giáo Lý về Thánh Linh Cộng Đồng Vĩ Đại mà ông có định mệnh nhận lãnh và đại diện. Trong những năm này, ông đã viết khoảng 20 tập sách, tất cả đều trong trạng thái mặc khải. Nhiều tác phẩm trong số đó vẫn chưa được xuất bản và đang chờ được tài trợ. Cùng nhau, chúng đại diện cho một hiểu biết mới về Tri Thức Bản Thân, tự do và vị trí của nhân loại trong Cộng Đồng Vĩ Đại của sự sống thông minh. Số lượng tác phẩm đồ sộ của ông là bằng chứng về mối quan hệ giữa con người và Thần Thánh này và một ngày nào đó có thể được coi là Thần Học đầu tiên về Sự Tiếp Xúc.

Mối quan hệ hợp tác lâu dài của Marshall với Sự Hiện Diện Thiên Thần này đã tạo tiền đề cho cuộc gặp gỡ của ông với các Đồng Minh của Nhân Loại, những người mà sau này Marshall phát hiện ra cũng là học trò của những *Giáo Viên của Cộng Đồng Vĩ Đại*. Chính những Giáo Viên đáng kính này đã tin tưởng trao cho Marshall Giáo Lý về Thánh Linh Cộng Đồng Vĩ Đại và đã mở ra cánh cửa dẫn đến thực tại của cuộc sống trong vũ trụ thông qua sự tiếp xúc với Đồng Minh của Nhân Loại.

Vào tháng 9 năm 1996, các Giáo Viên đã giúp xảy ra sự liên lạc đầu tiên giữa Marshall và các Đồng Minh. Sự liên lạc này đã diễn ra thông qua một quá trình có thể được gọi là giao tiếp trực giác qua một kênh tâm linh an toàn do các Giáo Viên cung cấp. Dù nghe có vẻ khó tin, nhưng sự liên lạc ba chiều hiếm hoi này đã cho phép các Đồng Minh nói chuyện trực tiếp với Marshall mà không cần sử dụng công nghệ. Và nhờ kênh an toàn này được cung cấp bởi Giáo Viên, thông tin truyền đạt của Đồng Minh không thể bị chặn hoặc can thiệp bởi Sự Can Thiệp.

Mãi đến một năm sau, vào tháng 11 năm 1997, Marshall mới nhận được hai Bài Tóm Tắt đầu tiên cho cuốn sách sau này trở thành *Đồng Minh của Nhân Loại: Tập Một*. Không ai có thể giải thích đầy đủ khoảng thời gian gián đoạn này. Tuy nhiên, nó đã cho Marshall thời gian để làm quen với sự thay đổi trong vai trò của mình từ một người thầy tâm linh sang một sứ giả với một thông điệp khó khăn.

Trong năm sau khi hai Bài Tóm Tắt đầu tiên được trao, Marshall đã phải vật lộn với những hệ lụy của ý nghĩa của thông tin ban đầu này đối với bản thân ông và đối với thế giới.

Sau đó, vào tháng 10 và tháng 12 năm 1998, bốn Bài Tóm Tắt cuối cùng của Tập Một đã được cung cấp.

Trong khi tất cả những điều này đang diễn ra, chúng tôi tại Thư Viện Thông Điệp Mới (New Knowledge Library) đã bận rộn với thách thức quan trọng của việc xuất bản hai tác phẩm chính của Marshall, *Thánh Linh Cộng Đồng Vĩ Đại: Một Tân Khải Huyền (Greater Community Spirituality: A New Revelation)* và *Những Bước Đi đến Tri*

Thức: Quyển Sách của Sự Hiểu Biết Nội Tâm (Steps to Knowledge: The Book of Inner Knowing), tác phẩm đã được trao giải Quyển Sách Tâm Linh của Năm 2000. Cũng trong thời gian này, Marshall tiếp tục viết thêm hai quyển sách quan trọng khác về mặc khải mới này: *Sống theo Con Đường Tri Thức (Living The Way of Knowledge)* và *Chuẩn Bị cho Cộng Đồng Vĩ Đại (Preparing for the Greater Community)*, cả hai quyển sách vẫn đang chờ được xuất bản. Do đó, mãi đến tháng 7 năm 2000, Thư Viện Thông Điệp Mới mới có thể xuất bản một ấn bản không chính thức của *Đồng Minh của Nhân Loại: Tập Một* để bắt đầu truyền bá thông điệp khẩn cấp của Đồng Minh.

Vào tháng 12 năm 2000, Marshall đã nhận được toàn bộ sáu bài tóm tắt của *Đồng Minh Nhân Loại: Tập Hai* trong vòng 24 tiếng. Các Bài Tóm Tắt đã được cung cấp nhanh chóng như vậy là có lý do. Đồng Minh, bị đe dọa bởi nguy cơ bị phát hiện bởi Sự Can Thiệp, phải trao bộ Tóm Tắt thứ hai cho Marshall càng nhanh càng tốt trước khi trốn thoát đến một địa điểm xa xôi cách xa Hệ Mặt Trời của chúng ta. Đồng Minh mô tả tình huống này trong Lời Tựa của họ cho Bộ Tóm Tắt Thứ Hai, mà được bao gồm trong tập sách này.

Kể từ thời điểm đó, Marshall, cùng với sự hỗ trợ của một số lượng ngày càng tăng những người dũng cảm, đã nỗ lực học và đưa *Các Bài Tóm Tắt của Đồng Minh Nhân Loại* và thông điệp đến sự chú ý của càng nhiều người càng tốt. Công việc đang tiếp diễn này đại diện cho một sứ mệnh thiết yếu và dựa vào sự đóng góp của độc giả ở khắp nơi để có thể tiếp tục.

Hiện vẫn chưa chắc liệu sẽ có Bài Tóm Tắt nào khác sẽ được gửi đến đây bởi Đồng Minh hay không. Nhưng điều chắc chắn là rằng thông tin trong hai bộ tóm tắt này cung cấp những mảnh ghép còn thiếu trong sự hiểu biết của chúng ta về sự hiện diện của người ngoài hành tinh trong thế giới ngày hôm nay và những gì chúng ta phải làm để bắt đầu chuẩn bị. Đồng Minh nhấn mạnh rằng những Bài Tóm Tắt này cung cấp cho chúng ta mọi thứ chúng ta cần biết để bắt đầu quá trình chuẩn bị này với sự hiểu biết rõ ràng về tình hình của chúng ta. Chúng ta không thể để mắc phải cùng sai lầm mà rất nhiều dân tộc bản địa đã mắc phải trong suốt lịch sử loài người về những cuộc chạm trán đầu tiên của họ với những nhà thám hiểm đến từ bên ngoài.

Chúng tôi tại Thư Viện Tri Thức Mới tự hào khi có thể giới thiệu quyển sách có thể chứng tỏ là một trong những tài liệu quan trọng nhất từng được xuất bản đối với sự tiến bộ, phúc lợi và tương lai của nhân loại. Chúng tôi hiểu rằng một số người có thể bác bỏ thông tin này ngay lập tức vì nó có vẻ như liên quan đến những thông điệp "được dẫn kênh" ("channeled") từ người ngoài hành tinh. Tuy nhiên, với sự chính trực cao của ông và chất lượng cao cũng như tầm quan trọng của các bài viết của ông, những tác phẩm của Marshall thì nổi bật. Thật vậy, những tiết lộ mà chúng ta nhận được thông qua tác phẩm của ông cuối cùng có thể chứng tỏ cũng quan trọng như những thông điệp khác trong quá khứ được truyền cảm hứng bởi Thánh Linh mà đã tác động đến tiến trình lịch sử loài người.

Chúng tôi khuyến khích độc giả hãy nghiêm túc tìm hiểu thông điệp quan trọng được trình bày trong tất cả các Bài Tóm Tắt này, cả trong Tập Một và Tập Hai, và chia sẻ thông điệp này với những người khác. Những Bài Tóm Tắt này đại diện cho sự truyền đạt độc nhất và vô cùng cần thiết gửi đến tất cả mọi người trên thế giới chúng ta vào bước ngoặt quan trọng này.

THƯ VIỆN TRI THỨC MỚI

ĐỒNG MINH CỦA NHÂN LOẠI LÀ AI?

Đồng Minh phục vụ nhân loại bởi vì họ phục vụ cho việc khôi phục và thể hiện Tri Thức ở khắp nơi trong Cộng Đồng Vĩ Đại. Họ đại diện cho những Nhà Thông Thái trong nhiều thế giới, những người ủng hộ một mục đích cao cả trong cuộc sống. Cùng nhau, họ chia sẻ một Tri Thức và Minh Triết lớn lao mà có thể được truyền tải vượt qua những khoảng cách không gian rộng lớn và vượt qua mọi ranh giới về chủng tộc, văn hóa, tính cách và môi trường. Minh triết của họ lan tỏa khắp nơi. Kỹ năng của họ thì lớn lao. Sự hiện diện của họ thì kín đáo. Họ nhận ra bạn bởi vì họ nhận ra rằng bạn là một chủng loài đang trỗi lên, đang trỗi vào trong một môi trường vô cùng khó khăn và cạnh tranh trong Cộng Đồng Vĩ Đại.

♦

Thánh Linh Cộng Đồng Vĩ Đại:

Một Tân Khải Huyền

LỜI TỰA CỦA ĐỒNG MINH CHO BỘ TÓM TẮT THỨ HAI

Chúng tôi trở lại đây để chuẩn bị bạn cho thêm thông tin mà chúng tôi muốn chia sẻ về sự hiện diện của Cộng Đồng Vĩ Đại trên thế giới ngày hôm nay, và hy vọng sẽ giải đáp được nhiều câu hỏi đã nảy sinh từ loạt bài tóm tắt đầu tiên của chúng tôi. Từ những quan sát của chính mình, chúng tôi hiểu được mức độ nhân loại chưa thật sự sẵn sàng cho sự tiếp xúc vĩ đại đang diễn ra giữa các bạn. Có nhiều lý do cho điều này, nhưng tình hình phải thay đổi và chúng tôi vô cùng khuyên các bạn chia sẻ tài liệu này với càng nhiều người càng tốt..

Đó là một nhiệm vụ khó khăn để gánh một thông điệp như thế này và thực tế lớn lao mà nó đại diện. Chúng tôi hy vọng và tin tưởng rằng bạn có thể tìm thấy sự hỗ trợ cần thiết để mang điều này vào trong thế giới. Có nhiều tiếng nói cạnh tranh đang nói với thế giới của bạn từ Cộng Đồng Vĩ Đại, và có nhiều sự bối rối. Và cùng với đó, có tham vọng của con người. Kết quả là, tình hình đã trở nên rất khó khăn. Chúng tôi đã thấy điều này ở những nơi khác. Đây không phải là một vấn đề riêng biệt đối với nhân loại.

Sự hiện diện của Cộng Đồng Vĩ Đại đang ngày càng gia tăng. Các cơ sở đang được xây dựng trong Hệ Mặt Trời của bạn để tạo ra con đường vận chuyển vật tư và tăng viện. Đây không phải là sự tăng cường quân sự mà là một mạng lưới mà thông qua đó các nguồn lực và thiết bị có thể được đưa vào thế giới của bạn. Chúng tôi nhìn thấy các cơ sở của họ. Bạn sẽ không tìm thấy chúng, vì bạn chưa thể du hành xa vào không gian, nhưng một mạng lưới đang được xây dựng trong hệ mặt trời này để hỗ trợ sự hiện diện của người ngoài hành tinh trên thế giới của bạn ngày hôm nay.

Chúng tôi được bảo bởi các Đấng Vô Hình (Sự Hiện Diện Thiên Thần) rằng có những người trong chính phủ Hoa Kỳ nhận thức được Sự Can Thiệp và đang cố gắng chống lại nó. Nhưng họ không có sự cố vấn của chúng tôi, và mặc dù họ có thể nhận ra một mức độ sự thật nhất định trong tình hình, họ lại thiếu sự chuẩn bị cần thiết. Chúng tôi được cho biết rằng có những người khác trong chính phủ này đã liên kết với Sự Can Thiệp. Và có những cá nhân nắm giữ quyền lực kinh tế đã liên kết với Sự Can Thiệp.

Vẫn rất sớm trong Sự Can Thiệp, vì vậy còn rất nhiều việc có thể được làm. Nếu mọi người có thể liên hệ được với những người trong chính phủ mà phản đối sự can thiệp, điều đó sẽ giúp tiếng nói của chúng tôi đến được với những người trong vị trí quyền lực và uy quyền. Nếu điều này có thể được thực hiện, nó sẽ rất hữu ích.

Chúng tôi nhận ra rằng sự hiện diện của chúng tôi trong hệ mặt trời của các bạn phải sớm kết thúc và chúng tôi đang bị buộc phải di dời ra khỏi phạm vi của hệ mặt trời này tới một khoảng cách khá xa. Do đó, cơ hội quan sát của chúng tôi cũng sẽ chấm dứt, vì chúng tôi sẽ không còn ở vị trí để chứng kiến những điều này trực tiếp. Tuy nhiên, chúng tôi vẫn có thể tiếp tục tư vấn cho bạn về thực tại của sự sống trong Vũ Trụ. Và chúng tôi có thể duy trì liên lạc với sứ giả của mình. Tình hình của chúng tôi đang trở nên khó khăn, và chúng tôi phải sớm rút lui, nhưng trước khi làm điều đó, chúng tôi muốn cung cấp cho các bạn thêm thông tin. Chúng tôi phải cẩn thận không đưa ra thông tin sẽ chỉ gây ra những suy đoán vô căn cứ. Đó là mối nguy hiểm của việc trình bày quá nhiều chi tiết. Khi đó, mọi người sẽ mất đi cái nhìn của mình về tình hình tổng thể và trở nên say mê hoặc tò mò về một số điều chúng tôi có thể nói về bản chất của sự tương tác giữa các dạng sống thông minh trong Vũ Trụ.

Một khi bạn đã có được cái nhìn và sự hiểu biết đúng đắn, và một khi bạn đã nắm bắt được phần nào thực tế của cuộc sống trong Vũ Trụ mà sẽ ảnh hưởng trực tiếp đến bạn, thì bạn sẽ không cần đến lời khuyên của chúng tôi nhiều nữa. Khi đó bạn sẽ hiểu đủ về Sự Can Thiệp để bắt đầu quá trình chống lại nó.

Chúng tôi bây giờ phải rút lui và gửi những thông điệp trong tương lai của mình từ một khoảng cách xa hơn nhiều. Có nhiều câu hỏi chúng tôi có thể trả lời, và cũng có một số câu hỏi chúng tôi không thể trả lời. Tuy nhiên, chúng tôi hoàn toàn hiểu được thách thức lớn lao đang đối mặt với nhân loại ngày hôm nay và cách thức mà Sự Can Thiệp sẽ được thực hiện. Chúng tôi có thể nói về điều này dựa trên kinh nghiệm của chính mình và quan sát của mình về sự sống trong Vũ Trụ.

Đúng rằng nếu bạn chưa từng trải nghiệm thực tế của cuộc sống trong Vũ Trụ, thì bạn sẽ có xu hướng nghĩ rằng các giá trị của mình và sự hiểu biết của mình là phổ quát. Bạn sẽ nghĩ rằng cuộc sống xoay quanh mình. Và bạn sẽ nghĩ rằng khi sự viếng thăm xảy ra, bằng cách nào đó nó phải có lợi cho bạn. Đây là những giả định phổ biến trong các chủng loài mới nổi như bạn. Bạn sẽ phải học cách vượt qua những giả định này bằng khả năng tốt nhất của mình và tiếp cận những người có thể nghe được thông điệp của chúng tôi vào thời điểm này. Chúng tôi không yêu cầu gì hơn.

Do bộ tóm tắt đầu tiên của chúng tôi được trình bày dưới dạng sách, chúng tôi đã gặp nguy hiểm và hiện buộc phải rút lui, vì kẻ thù của các bạn đã bắt đầu một cuộc tìm kiếm quy mô lớn khắp Hệ Mặt Trời để truy lùng chúng tôi. Nơi ẩn náu của chúng tôi giờ không còn an toàn nữa. Một cuộc tìm kiếm chúng tôi đang được tiến hành, và ngay cả việc trốn thoát của chúng tôi cũng sẽ khó khăn. Chúng tôi sẽ bị truy đuổi. Đó là lý do tại sao chúng tôi phải rút lui ngay bây giờ.

Trong các bài tóm tắt này, chúng tôi sẽ nói thêm một chút về chủng loài của mình, mặc dù chúng tôi sẽ không tiết lộ tên mình vì chắc chắn bất cứ thông tin nào chúng tôi cung cấp cho bạn đều sẽ rơi vào tay kẻ thù của bạn. Nếu họ phát hiện ra hoặc thậm chí đoán được nguồn gốc của chúng tôi, điều đó sẽ vô cùng nguy hiểm cho các hành tinh quê hương của chúng tôi.

Với thời gian và sự hiểu biết, bạn sẽ biết lý do tại sao chúng tôi được cử đến. Và bạn cũng sẽ biết lý do tại sao chúng tôi phải rút lui và tìm nơi trú ẩn an toàn hơn ở ngoài. Chúng tôi làm điều này mà không từ bỏ nhiệm vụ của mình, mà chỉ để đặt mình vào vị trí mà nhiệm vụ có thể được tiếp tục. Marshall, người đưa tin của chúng tôi, là mắt xích. Chúng tôi không liên lạc với bất kỳ ai khác trên thế giới.

. . . Hơn hai mươi năm trước, một nhóm các cá nhân đến từ một vài thế giới khác nhau đã tập hợp tại một địa điểm kín đáo trong hệ mặt trời của chúng ta gần Trái Đất với mục đích quan sát Sự Can Thiệp của người ngoài hành tinh đang xảy ra trong thế giới chúng ta. Từ vị trí quan sát ẩn giấu của họ, họ đã có thể xác định danh tính, tổ chức và ý định của những loài đang viếng thăm thế giới chúng ta và theo dõi hoạt động của những vị khách này

Nhóm các nhà quan sát này gọi mình là "Đồng Minh của Nhân Loại."

Đây là báo cáo thứ hai của họ.

Những Bài Tóm Tắt

BÀI TÓM TẮT THỨ NHẤT

Vũ Trụ mà Bạn đang Trỗi Vào

Chúng tôi gửi lời chào. Chúng tôi rất vui khi có cơ hội này để nói chuyện với bạn một lần nữa và để cung cấp thông tin mà chúng tôi sắp truyền đạt. Chúng tôi hiểu rằng loạt bài bình luận đầu tiên của chúng tôi đã tạo ra nhiều quan tâm, nhiều câu hỏi và có lẽ cả một chút bối rối. Do đó, chúng tôi hy vọng trong tập thứ hai này để cung cấp thêm thông tin chi tiết, để trả lời một số câu hỏi, nếu chúng có thể được trả lời; và để cung cấp cho bạn một cửa sổ nhìn ra vũ trụ lớn lao nơi bạn đang sống để bạn có thể nhìn qua khỏi những giới hạn của thế giới của riêng bạn vào trong thực tế của sự sống trong Cộng Đồng Vĩ Đại. Đây là một phần cần thiết trong sự giáo dục của bạn vào lúc này, bởi vì thế giới của bạn đang trỗi vào trong Cộng Đồng Vĩ Đại của sự sống thông minh, một Cộng Đồng Vĩ Đại nơi bạn đã luôn sống.

Chúng tôi đã được gửi đến để cung cấp một loạt các bài tóm tắt để giúp chuẩn bị nhân loại cho ngưỡng cửa vĩ đại này. Được bao gồm trong những bài tóm tắt này là những quan sát của chúng tôi về Sự Can Thiệp bởi người ngoài hành tinh đang xảy ra trong thế giới ngày hôm nay, lý do Sự Can Thiệp này đang xảy ra, cách nó được thực hiện và cách nó có thể được ngăn chặn cho phúc lợi của chính bạn. Điều này đòi hỏi rằng bạn học về sự sống trong Cộng Đồng Vĩ Đại để bạn có thể có định hướng đúng đắn theo thực tế mới và vĩ đại hơn này mà bạn đang trỗi vào.

Khả năng của bạn để nhận ra sự thật về những gì chúng tôi sắp truyền đạt là hoàn toàn thiết yếu đối với sự sống còn của bạn, đối với sự tiến triển của bạn, và thật vậy, đối với sự bảo tồn các quyền tự do mà bạn yêu quý nhất. Bởi vì Cộng Đồng Vĩ Đại mà bạn đang trỗi vào có lẽ khác xa so với những gì bạn có thể đã nghĩ trước đây.

Chúng tôi đã được cử để đại diện cho đồng minh của nhân loại. Chúng tôi là những người đại diện của họ. Chúng tôi không ở trong thế giới của bạn, nhưng đã quan sát thế giới của bạn từ một vị trí ẩn gần đó. Chúng tôi không đến để thiết lập bản thân ở đây, để xây dựng quan hệ với gia đình loài người hoặc để thiết lập mối liên hệ kinh tế hoặc chính trị với các chính phủ của bạn. Thay vào đó chúng tôi đã đến với một sứ mệnh rất đơn giản. Sứ mệnh của chúng tôi là để quan sát Sự Can Thiệp bởi người ngoài hành tinh đang xảy ra trong thế giới bạn ngày hôm nay và, khi có cơ hội, cung cấp quan điểm mà bạn sẽ cần để hiểu và để ngăn chặn Sự Can Thiệp này và để chuẩn bị cho những thực tế của sự sống trong vũ trụ.

Chuỗi những bài tóm tắt đầu tiên của chúng tôi đã cung cấp một cái nhìn chung về Sự Can Thiệp, cách nó đang được thực hiện và những gì con người phải hiểu để có thể tránh ảnh hưởng của nó và sự thuyết phục của nó và để nhận ra thực tế của nó. Nhưng còn nhiều điều mà bạn phải học về điều này để có thể đạt được đôi mắt để nhìn và hiểu được những điều này cho bản thân. Mặc dù điều này có vẻ xa lạ và mới mẻ đối với bạn, nó chỉ là một biểu hiện khác về bản chất tự nhiên, bản chất tự nhiên mà bạn hiểu và nhận biết trong khu vực của chính mình.

Gần như mọi thứ chúng tôi sắp truyền đạt cho bạn và những gì chúng tôi đã truyền đạt đều có thể hiểu được từ trải nghiệm của bạn về tự nhiên. Đó là lý do tại sao Sự Can Thiệp của người ngoài hành tinh không phải là một bí ẩn. Nó là một biểu hiện của tự nhiên. Tuy nhiên, khó khăn của nó là rằng nó đặt bạn vào một vai trò khác với những gì bạn đã quen. Bởi vì bạn đã quen là ưu việt trong thế giới của riêng mình. Bạn đã quen cảm thấy rằng bạn có lợi thế tiến hóa vĩ đại trong khu vực của rieeng mình. Nhưng trong Cộng Đồng Vĩ Đại, bạn không có sự ưu việt này hoặc lợi thế này. Do đó, bạn phải đạt được kỹ năng lớn hơn và sự hợp tác lớn hơn giữa các bạn.

Đây vừa là khó khăn lớn lao vừa là cơ hội lớn lao cho chủng loài của bạn, bởi vì có lẽ chỉ có sự che phủ của Cộng Đồng Vĩ Đại và những khó khăn mà nó sẽ khiến bạn đối đầu mới giúp nhân loại thống nhất và tìm thấy điểm chung của mình. Liệu điều này có thể được thực hiện hay không vẫn còn phải xem. Nhưng thách thức đang ở trên bạn và thách thức đó đối đầu với cuộc sống và tương lai của mỗi người đang sống trong thế giới ngày hôm nay.

Tại một khoảnh khắc, điều này có vẻ kỳ lạ và khó hiểu; nhưng trong khoảnh khắc tiếp theo, bạn có thể hiểu rằng đây là tự nhiên đang được thực hiện. Bạn sở hữu một môi trường và các tài nguyên được xem trọng bởi những loài khác đang tìm cách sử dụng và có được những thứ này cho riêng họ. Chính môi trường của bạn mà họ muốn. Chính sự giúp đỡ của bạn mà họ cần. Họ không tìm cách tiêu diệt bạn nhưng muốn bạn trở thành một phần của Tập Đoàn của họ để phục vụ họ.

Điều này phải được nói nhiều lần theo nhiều cách khác nhau để bạn có thể hiểu rất rõ ràng. Như chúng tôi đã nói, đây không phải là một bí ẩn. Nó chỉ là một biểu hiện của cuộc sống bạn trong Cộng Đồng Vĩ Đại. Nó là thực tế của tự nhiên, mà bản thân bạn có thể hiểu được. Tuy nhiên bây giờ bạn đang ở một vị trí khác, và điều này đòi hỏi sức mạnh, sự nhận biết và sự hợp tác con người và một hình thức tỉnh táo nhất định trong hiểu biết của bạn về bản chất của sự sống trong vũ trụ.

Trong những bài tóm tắt thứ hai của chúng tôi, chúng tôi mong muốn trao cho bạn sự hiểu biết lớn hơn và tầm nhìn lớn hơn về việc cuộc sống thật sự ra sao trong vũ trụ xung quanh bạn. Đó không đơn thuần là về quan điểm. Phạm vi trải nghiệm của chúng tôi trong những vấn đề này là rất lớn giữa chúng tôi. Chúng tôi có những quan điểm độc nhất của riêng mình, nhưng có một số thực tế là hiển nhiên đối với chúng tôi, bởi vì chúng tôi đang ở trong vị thế để nhìn thấy chúng và nhận ra chúng. Chúng tôi đã sống xuyên qua những cơ hội và khó khăn của những thực tế này — tất cả những điều mà bạn vẫn chưa tự mình trải nghiệm. Tuy nhiên các đồng minh của bạn từ ngoài hành tinh mong muốn cứu bạn khỏi những rủi ro vĩ đại mà bạn đang đối mặt lúc này, rủi ro của việc trỗi vào trong Cộng Đồng Vĩ Đại. Họ mong muốn chỉ cho bạn thấy nhu cầu của bạn để bảo tồn tự do của mình và sự toàn vẹn của mình như một chủng loài khi bạn trải qua quá trình chuyển đổi khó khăn và kéo dài này.

Đây là thách thức vĩ đại nhất mà bất kỳ chủng loài nào trong vũ trụ cũng sẽ phải đối mặt, và hậu quả của nó sẽ là lâu dài và sâu rộng. Tuy nhiên có những thế lực vĩ đại cho điều tốt đẹp trong vũ trụ, những thế lực hoạt động cho tự do cá nhân và sự toàn vẹn của mọi sự sống, những thế lực tìm cách nuôi dưỡng và duy trì sự sống của Tri Thức thánh linh vĩ đại tiềm ẩn bên trong tất cả chúng sinh. Những đồng minh của bạn đại diện cho chỉ một biểu hiện nhỏ của thế lực vĩ đại này. Bởi vì bất cứ nơi nào có sự sống, ở đó có sự toàn vẹn của Tri Thức thánh linh này. Nó không đơn thuần là thông tin; nó là một "Sự Hiện Diện" sống động. Chúng tôi muốn thể hiện thực tế và ý nghĩa của Tri Thức này và lý do tại sao nó là rất thiết yếu cho thành công của bạn trong việc chữa lành vết thương của thế giới bạn và đáp ứng thách thức vĩ đại mà có thể thống nhất và nâng cao nhân loại.

Vũ trụ đầy sự sống. Nhưng vũ trụ thì khổng lồ. Và sự sống thông minh đang sống trong cõi hữu hình thì bị phân tán khắp một phạm vi vĩ đại và rộng lớn. Nó được tập trung ở một số nơi nhiều hơn những nơi khác. Về mặt nào đó, điều này giống như bản đồ của các quốc gia của bạn, nơi có những khu vực rộng lớn nơi nhiều người tập trung, và có những khu vực rất ít người sinh sống. Giữa những khu vực tập trung đông đúc trong vũ trụ, có những tuyến đường giao dịch, những đại lộ được đi lại nhiều. Ở những khu vực ít dân cư, có rất ít tuyến đường, trong đó nhiều tuyến hiếm khi được dùng.

Chúng tôi muốn trao cho bạn ví dụ tương đồng này về sự phân tán của sự sống thông minh trong thiên hà này. Chúng tôi chưa bao giờ mạo hiểm ra khỏi thiên hà, vì vậy chúng tôi không thể nói về các khả năng khác. Tuy nhiên bên trong một mình thiên hà này, có sự đa dạng lớn lao của sự sống. Bản thân chúng tôi mới chỉ nhìn thấy một phần rất, rất nhỏ của nó, bởi vì thiên hà là rất vĩ đại.

Thế giới của bạn tồn tại trong một khu vực tập trung, một khu vực có nhiều thế giới được cư ngụ. Bạn không thấy được điều này trong Hệ Mặt Trời của riêng bạn, nhưng bên ngoài Hệ Mặt Trời của bạn, điều này chắc chắn là đúng nhất. Bạn không sống trong một vùng dân cư thưa thớt của vũ trụ. Bạn không sống trong một khu vực chưa được khám phá và không được biết đến bởi những loài khác. Điều này trao cho bạn những bất lợi nhất định bởi vì thế giới của bạn đang bị soi mói bởi nhiều thế lực mạnh mẽ. Họ đang tìm kiếm Sự Can Thiệp vào lúc này bởi vì nhân loại đã đạt đến điểm trong quá trình phát triển của nó khi nó đã xây dựng cơ sở hạ tầng mà các chủng loài khác tin rằng họ có thể sử dụng cho chính mình. Đây là lý do tại sao Sự Can Thiệp đã không xảy ra vào thời điểm sớm hơn. Nó đã được cho phép để nhân loại khám phá các nguồn tài nguyên và xây dựng cơ sở hạ tầng trước. Nói cách khác, bạn đã hoàn thành công việc cho những loài tin rằng bạn sẽ phục vụ họ trong tương lai.

Do đó, bạn không sống ở một vùng xa xôi và hẻo lánh của thiên hà. Bạn phải hiểu được điều này. Việc du hành trong không gian xảy ra dọc theo các tuyến đường hoặc đại lộ nhất định, giống như trong thế giới của bạn. Một số con đường được đi lại nhiều; những số khác hiếm khi được đi lại. Thế giới của bạn tồn tại trong một khu vực với lưu thông đáng kể, có nghĩa là có nhiều chủng loài đang sử dụng các tuyến đường này cho thương mại và giao dịch. Bên trong khu vực này, có một số chủng loài mới nổi giống như chủng loài bạn, tất cả đang bị cẩn thận theo dõi bởi những chủng loài khác.

Như chúng tôi đã nói trong các bài thảo luận trước của mình, Cộng Đồng Vĩ Đại nơi bạn đang trỗi vào là một môi trường cạnh tranh ở quy mô mà bạn khó có thể tưởng tượng được. Thương mại và cạnh tranh cho tài nguyên, cho liên minh và cho các thế giới có giá trị chiến lược, là đáng kể. Tuy nhiên, tình hình phức tạp hơn rất nhiều so với vẻ lúc đầu. Việc chinh phục các vùng đất khác thì không được chấp nhận trong các khu vực đông dân cư. Bởi vì môi trường cạnh tranh, có những hạn chế. Các quy tắc đã được thiết lập trong một thời gian dài về cách thức thương mại sẽ được tiến hành và những quy tắc và hướng dẫn nào sẽ được tuân theo. Việc vi phạm các quy tắc này sẽ mang đến sự trừng phạt từ các kẻ địch và đối thủ của chủng loài đó, và do đó, có một hệ thống kiểm tra và cân bằng. Hệ thống này thường được tuân theo, nhưng như thường xảy ra, trường hợp ngoại lệ được tìm kiếm theo nhiều cách khác nhau. Quan trọng để bạn biết rằng không được phép để thế giới của bạn bị xâm lược, về mặt quân sự. Các lực lượng đang can thiệp vào thế giới bạn không phải là các lực lượng quân sự mạnh. Họ là những lực lượng thương mại lớn. Chúng tôi gọi họ là "Các Tập Đoàn". Và bạn sẽ có cơ hội trong chuỗi các thảo luận thứ hai này để biết thêm về bản chất và cấu trúc của chúng.

Để các thế lực kinh tế có thể tiếp cận thế giới của bạn và giành quyền kiểm soát thế giới của bạn, họ phải sử dụng các cách thức tinh vi hơn—cách thức của sự thuyết phục, cách thức của sự dụ dỗ. Họ phải biến nó có vẻ như bạn muốn họ ở đây, chào đón họ, muốn những gì họ có để cung cấp, tìm kiếm sự giúp đỡ của họ và những món quà ban đầu của họ. Họ muốn bạn tin rằng bạn cần họ và nếu không có họ, bạn không thể thành công. Bằng cách này, họ thỏa mãn những hạn chế được đặt lên họ. Bằng cách này, họ có thể giành quyền kiểm soát thế giới của bạn theo các quy tắc đã được thiết lập.

Sự thuyết phục và sự dụ dỗ mà sẽ được đặt lên thế giới của bạn là rất mạnh mẽ và rất thu hút. Nhiều người, bởi khuynh hướng của chính họ và bởi sự yếu kém của vị thế của họ trong cuộc sống, sẽ rất bị thu hút đến sự thuyết phục này. Tuy nhiên, đó chỉ là sự lừa dối. Đó là sự quyến rũ. Sau đó dường như với sự chấp thuận chung của nhân loại, Sự Can Thiệp có thể bắt đầu và có thể được hoàn thành mà không vi phạm bất kỳ hạn chế nào ngăn chặn sự xâm lược, chinh phục, và vân vân.

Nếu thế giới của bạn tồn tại trong một khu vực rất xa xôi hoặc chưa được khai phá, một khu vực nơi các loại quy tắc thương mại và ứng xử này chưa được thiết lập, thì việc chinh phục quân sự sẽ được thử, bởi vì sẽ không có gì ngăn cản điều đó xảy ra. Nhưng những loài đang tìm cách lợi dụng thế giới này không tham gia vào việc chinh phục quân sự. Họ không cần phải làm điều đó. Đó không phải là trọng tâm của họ. Đó không phải là mục đích của họ. Họ không được tổ chức để làm điều này.

Họ dựa vào điểm yếu của bạn, cũng như bạn phải học cách dựa vào sức mạnh của chính mình. Họ dựa vào sự thiếu tự tin của bạn vào tinh thần con người, cũng như bạn phải học cách dựa vào tinh thần đó trong chính bản thân mình. Sự hiện diện của họ ở đây mang đến những mối nguy hiểm lớn cho nhân loại và cả những cơ hội lớn nếu nhân loại có thể phản hồi một cách có trách nhiệm và khôn ngoan.

Vì vậy, mong muốn và mục đích của chúng tôi là để giúp bạn trong sự chuẩn bị này bằng cách trao cho bạn một góc nhìn và định hướng về thực tế mà bạn đang đối mặt lúc này và sẽ tiếp tục đối mặt từ nay về sau. Bởi vì không thể quay trở lại trạng thái cô lập trước đây của bạn. Bây giờ bạn phải học cách trân trọng và bảo vệ tự do của mình, củng cố tự do của bạn và xây dựng tự do của bạn trong một môi trường nơi tự do đó sẽ liên tục bị thách thức. Chỉ một thế giới mạnh mẽ, thống nhất và khôn ngoan trong việc đối phó với Cộng Đồng Vĩ Đại mới có thể duy trì quyền tự chủ của mình và vẫn tự do trong vũ trụ. Điều này đúng với tất cả các thế giới tự do, cho dù chúng tồn tại trong những khu vực tập trung hay trong những khu vực xa xôi ít được ghé thăm.

Đây là quy luật tự nhiên. Việc các thế giới khác đã đạt được trình độ công nghệ cao hơn không làm thay đổi thực tế cuộc sống. Nó chỉ khiến sự tương tác giữa các thế giới trở nên phức tạp hơn và thường khó nhận biết hơn. Dễ hơn để nhận ra một cuộc đối đầu quân sự hơn là nhận ra ý định ẩn giấu của những kẻ đến dường như mang theo quà tặng, câu trả lời và những kỳ công công nghệ.

Nhân loại thiếu kiến thức về Cộng Đồng Vĩ Đại. Và đó là lý do tại sao bạn rất dễ bị ảnh hưởng. Nhân loại bị chia rẽ giữa các quốc gia và nền văn hóa của nó. Và đó là lý do tại sao bạn rất dễ bị ảnh hưởng. Khuynh hướng của bạn và niềm tin tín ngưỡng của bạn không thể chuẩn bị bạn đầy đủ cho những gì đang đối mặt với bạn lúc này.

Trong Cộng Đồng Vĩ Đại, có nhiều chủng loài đã đạt được trình độ trưởng thành rất cao trong sự hiểu biết tâm linh của họ và đã đạt được trạng thái tự do mà nhân loại thậm chí còn chưa đến gần. Không giống như những loài đang đến thăm bạn, những xã hội này không tham gia vào giao dịch liên hành tinh ở mức độ lớn, nếu có. Họ không tham gia vào việc thăm dò. Họ không phải là những nhà khai thác tài nguyên. Họ không tìm cách thiết lập liên minh để đạt được lợi thế chính trị và kinh tế, ngoại trừ trong một số trường hợp nhất định để tự vệ. Họ không bóc lột các thế giới khác. Họ không tìm cách dụ dỗ các chủng loài trẻ đang trỗi vào Cộng Đồng Vĩ Đại. Họ không tham gia vào chiến tranh. Họ không phải là một phần của các Tập Đoàn.

Các đồng minh của bạn, những người mà chúng tôi đại diện, thể hiện sự thiết lập này, sự thiết lập của các chủng loài tự do. Sự tự do này rất khó đạt được và duy trì trong vũ trụ. Để hoạt động thành công trong Cộng Đồng Vĩ Đại, bạn phải tự cung tự cấp. Bạn phải thống nhất. Và bạn phải rất kín đáo. Bạn có thấy những phẩm chất này được thể hiện trong gia đình loài người hiện nay không? Chúng có được thể hiện trong chính bạn và trong các mối quan hệ của bạn không? Chúng tôi đang truyền đạt cho bạn một Minh Triết cao hơn, một Minh Triết mà chúng tôi đã khó khăn lắm mới đạt được, và đã phải trả giá rất đắt. Khả năng của chúng tôi để có mặt ở đây để hỗ trợ nhân loại là minh chứng cho thành tựu này. Bởi vì không giống như những loài đang can thiệp vào thế giới của bạn hiện nay, chúng tôi chỉ tìm cách quan sát và đưa ra lời khuyên. Một khi các thông điệp của chúng tôi hoàn tất, chúng tôi sẽ phải rút lui để đảm bảo an toàn cho chính mình. Bởi vì chúng tôi đang ở đây mà không có bất kỳ sự cho phép chính thức nào từ các cơ quan giao dịch, các tổ chức giám sát, hay bất cứ thứ gì tương tự. Nếu những loài đang can thiệp vào thế giới của bạn phát hiện ra chúng tôi, chúng tôi chắc chắn sẽ bị tiêu diệt.

Sau việc trình bày loạt bài tóm tắt đầu tiên này của chúng tôi, sự an toàn của chúng tôi hiện đang gặp nguy hiểm. Những chủng loài đang can thiệp vào thế giới của bạn đã bắt đầu tìm kiếm chúng tôi trong Hệ Mặt Trời của bạn. Do đó, chúng tôi phải truyền đạt thông tin này và sau đó rút lui đến một điểm xa thế giới của bạn, đến một nơi mà chúng tôi không còn có thể quan sát trực tiếp Sự Can Thiệp nữa. Đó là lý do tại sao chúng tôi phải cung cấp thông tin này cho bạn ngay lúc này. Đó là lý do tại sao bạn phải tìm cách học hỏi nó và sử dụng nó một cách tốt nhất có thể. Bởi vì một khi chúng tôi rời đi, sẽ không còn sự hỗ trợ trực tiếp nào nữa dành cho bạn.

Đó là lý do tại sao chúng tôi xem những bài tóm tắt này là quan trọng nhất. Đó là lý do tại sao bạn phải tiếp nhận chúng và nhận ra tầm quan trọng như vậy của chúng. Chúng tôi sẽ cung cấp cho bạn những gì bạn cần biết về bản chất của các Tập Đoàn, cách thức hoạt động của họ, lý do tại sao họ đang ở đây và họ đang làm gì trên thế giới. Chúng tôi sẽ trao cho bạn cái nhìn tổng quan về thực tế của sự sống thông minh trong vũ trụ và cách sự tương tác thật sự diễn ra. Chúng tôi sẽ trao cho bạn góc nhìn về tầm quan trọng chiến lược của thế giới của bạn và vị trí của nó so với các thế giới có sự sống khác trong vùng lân cận của bạn. Chúng tôi cũng sẽ nói về các Quyền Năng Tâm Linh lớn lao đang tồn tại trong vũ trụ và trong gia đình loài người.

Sự cô lập của bạn giờ đã kết thúc. Bạn sẽ không bao giờ có nó nữa theo cách mà bạn đã từng biết trước đây. Do đó, hãy lắng nghe cẩn thận tất cả những điều chúng tôi sắp nói với bạn.

BÀI TÓM TẮT THỨ HAI

Tại Sao Sự Can Thiệp đang Xảy Ra

Bạn có thể hỏi vào lúc đầu, "Tại sao thế giới của chúng tôi đang bị viếng thăm? Tại sao lại có Sự Can Thiệp?" Có một số câu trả lời cho những câu hỏi căn bản này, một số là rất hiển nhiên, và một số thì không.

Hiển nhiên, bạn sống trong một thế giới tuyệt đẹp với sự đa dạng sinh học lớn lao. Nó là một thế giới chưa bị hủy hoại thông qua việc bóc lột, mặc dù nó đang có nguy cơ bị như vậy. Nó là một thế giới chứa đựng những nguồn tài nguyên sinh học khổng lồ, những nguồn tài nguyên mang lại sự sống, những nguồn tài nguyên hiếm có và khó tìm thấy trong một Cộng Đồng Vĩ Đại của những thế giới cằn cỗi. Tất nhiên, bạn vẫn chưa nhận ra giá trị của thế giới của chính mình. Chưa bao giờ sống bên ngoài thế giới, bạn chưa thể xem trọng sự kỳ diệu của thế giới bạn đang sống trong và tại sao nó rất có giá trị đối với những chủng loài khác. Nhưng hãy xem xét điều này: Bạn sống trong một thế giới với môi trường đặc biệt ôn hòa và sự đa dạng và vẻ đẹp sinh học khổng lồ. Bạn sống trong một thế giới có tài nguyên nước khổng lồ. Bạn sống trong một thế giới có những vùng đất rộng lớn có thể sinh sống được đối với những loài có thể hít thở bầu không khí của bạn. Bạn có một thế giới hiện có sự hiện diện và cơ sở hạ tầng của con người mà có thể được kết hợp vào các công nghệ ngoài hành tinh. Bạn thuộc về một chủng loài loài người thông minh, mặc dù mê tín và ngu ngốc về sự sống trong vũ trụ, do đó khiến bạn dễ bị uốn nắn và dễ bị thuyết phục và dụ dỗ. Bạn sống trong một thiên đường thật sự. Đây là cách mà thế giới của bạn được nhìn nhận.

Khi chúng tôi lần đầu tiên đến thế giới của bạn và quan sát nó từ khoảng cách gần, chúng tôi đã rất ngạc nhiên. Nó đẹp và phong phú hơn nhiều so với chúng tôi đã tưởng tượng. Mặc dù chúng tôi chưa bao giờ ở trên bề mặt thế giới của bạn, chúng tôi có thể thấy ngay từ điểm quan sát của chúng tôi rằng nó phải là một nơi thật huy hoàng. Chúng tôi đã thấy những sự can thiệp giống như sự can thiệp đang xảy ra trong thế giới của bạn xảy ra ở những thế giới có giá trị thấp hơn rất nhiều. Vì vậy, chắc chắn là thế giới của bạn giống như một giải thưởng. Câu hỏi đặt ra là liệu bạn sẽ phòng thủ nó, bảo vệ nó và duy trì nó hay không. Nếu bạn không làm như vậy, những loài khác chắc chắn sẽ lấy nó từ bạn. Chẳng phải bạn đã thấy điều này trong lịch sử thế giới của chính mình khi các bộ lạc và dân tộc bản địa bị khuất phục bởi các thế lực ngoại bang tìm kiếm lợi thế, và cách của cải khổng lồ mà những người dân bản địa này sở hữu, thậm chí không được biết đến bởi họ, đã khiến cho đất đai của họ và thế giới của họ trở nên rất quý giá đối với những người khác? Chẳng phải bạn đã thấy điều này à? Chẳng phải điều này đã được thể hiện trong thế giới của bạn vô số lần à? Nó đang được thể hiện ngay cả tại thời điểm này.

Và bây giờ bạn là người dân bản địa. Và các thế lực mạnh mẽ, can thiệp đang đến thế giới của bạn, tìm cách thiết lập bản thân thông qua các cách thức tinh vi, tìm cách hợp nhất với nhân loại trong tinh thần và trong xương thịt, tìm cách đạt được nền tảng ở đây mà từ đó họ có thể phát triển quyền thế và sự ưu việt của chính họ. Thế giới của bạn thật hấp dẫn, chắc chắn rằng bạn có thể thấy rằng một Sự Can Thiệp như vậy có thể xảy ra nếu bạn ngẫm nghĩ.

Đối với các Tập Đoàn, những loài chủ yếu sống trong môi trường công nghệ, một thế giới như vậy là hoành tráng, ngoạn mục và hữu ích. Tuy nhiên họ không được thúc đẩy bởi sự cảm kích nghệ thuật về thế giới của bạn. Họ được thúc đẩy bởi nhu cầu về các tài nguyên của thế giới của bạn. Họ coi đó như một giải thưởng, giải thưởng lớn nhất trong số nhiều giải thưởng. Họ đang khảo sát nó ngay cả vào lúc này.

Sự ra đời của vũ khí hạt nhân trong thế giới của bạn đã kích hoạt Sự Can Thiệp để tiến vào giai đoạn trưởng thành của nó, bởi vì họ nhận ra rằng nếu bạn trở nên mạnh hơn và có sức mạnh công nghệ lớn hơn, thì Sự Can Thiệp sẽ khó đạt được hơn. Họ sẽ phải khiến bạn tin rằng họ đang can thiệp để cứu bạn khỏi sự tự hủy hoại của chính bạn, nhưng thật ra họ đang tìm cách can thiệp trước khi tình hình trở nên quá khó khăn. Bạn đã trở nên quyền lực, nhưng chưa đủ quyền lực. Họ thấy môi trường của thế giới bạn đang bị phá hủy, và họ cảm thấy rằng họ không thể chờ đợi.

Đây có lẽ là những lý do hiển nhiên về việc tại sao thế giới bạn đang trải qua Sự Can Thiệp. Nhưng còn những lý do không quá hiển nhiên thì sao? Hãy để chúng tôi nói về những điều này ngay lúc này.

Không được biết bởi tất cả trừ một vài cá nhân trên thế giới ngày hôm nay, có những kho trữ bí mật quan trọng trong thế giới của bạn, bởi vì thế giới của bạn đã được sử dụng ngay cả bởi các xã hội nhân hậu để giấu những thứ có giá trị sâu bên trong thế giới của bạn. Trong nhiều thiên niên kỷ, thế giới của bạn đã là nơi trú ẩn an toàn cho việc cất giữ các vật phẩm thiêng liêng và quyền lực. Có một số loài trong hệ thống cấp bật của các Tập Đoàn biết điều này. Và đó là lý do tại sao họ trao cho thế giới của bạn tầm quan trọng đặc biệt. Đó là lý do tại sao họ tìm cách sử dụng những cá nhân trong thế giới của bạn, những người có các khả năng ngoại cảm, để có thể tiếp cận những cá nhân có kiến thức nội tại về những kho báu ẩn giấu quan trọng này.

Xét cho cùng, thế giới của bạn, với những nguồn tài nguyên sinh học rộng lớn của nó, là một nơi tuyệt vời để cất giấu những thứ, những thứ nhỏ bé, những thứ có thể được chôn sâu dưới lòng đất ở những nơi mà rất khó để khám phá. Và bởi vì những người dân bản địa đã rất mê tín và đã cư ngụ thưa thớt trên trái đất quá lâu, nên nhiều thứ có giá trị đã được cất giữ ở đây.

Nếu bạn khám phá ra chúng, à, có lẽ chúng sẽ có vẻ chẳng có giá trị hoặc không có ích gì đối với bạn, bởi vì bạn không có kỹ năng hoặc Tri Thức để sử dụng chúng. Nhưng nếu chúng được bạn phát hiện, điều này sẽ khiến bạn cực kỳ dễ bị tổn thương trong Cộng Đồng Vĩ Đại, bởi vì trong phút chốc, bạn sẽ có thứ mà rất nhiều loài khác muốn. Bạn sẽ không có kỹ năng hoặc phương tiện để bảo vệ thứ bạn vừa mới khám phá, và nó sẽ mang lại sự chú ý vĩ đại đến với thế giới của bạn, sự chú ý mà bạn sẽ không muốn.

Đây là lý do tại sao những nhà thông thái luôn giấu mình trong vũ trụ. Đây là lý do tại sao các món đồ quyền lực, ngay cả chính minh triết, phải được bảo vệ và canh giữ. Nó cũng như vậy trong thế giới của bạn, chắc chắn rồi. Những nhà thông thái nhất là những người giấu mình nhất. Những người có Tri Thức vĩ đại nhất là những người khó tìm nhất, ngoại trừ bởi những người được có ý định tìm thấy họ.

Một số kho chứa này đã bị phá hủy qua các chu kỳ tự nhiên của quá trình tiến hóa của trái đất của bạn. Chúng đã bị phá hủy qua các sự kiện tự nhiên. Nhưng một số vẫn tồn tại. Và bởi vì Sự Can Thiệp đang diễn ra, những loài đã cất giữ những thứ này từ lâu không thể quay trở lại vì sự an toàn của chính họ.

Đây là lý do tại sao đúng rằng nhân loại đã bị viếng thăm trong một thời gian rất dài. Nhưng chưa từng có Sự Can Thiệp nào ở mức độ này hoặc bản chất này trước đây. Điều này có thể gây bối rối cho một số người, vì họ nghĩ rằng Sự Can Thiệp chỉ là một biểu hiện khác của sự viếng thăm đang diễn ra và sự hiện diện của người ngoài hành tinh đang diễn ra trên thế giới, nhưng đó không thật sự đúng. Bạn chưa có kỹ năng để phân biệt giữa bạn và kẻ thù, giữa đồng minh của mình và kẻ thù của mình, ngoại trừ thông qua biểu hiện, và ngay cả ở đây nó sẽ cần một nhận thức sâu sắc hơn để đưa ra quyết định này. Một số người sẽ nghĩ rằng chúng tôi là kẻ thù của nhân loại và rằng những loài đang can thiệp là đồng minh của nhân loại. Điều này hiển nhiên là không đúng sự thật, nhưng nó không hiển nhiên đối với bạn. Bởi vì bạn không có sự khôn ngoan và nhận thức trong những vấn đề này, và đó là lý do tại sao chúng tôi đã đến.

Do đó, thế giới của bạn chứa đựng những kho báu vĩ đại—những kho báu vĩ đại trong sự đa dạng sinh học của nó, trong tài nguyên nước của nó, trong môi trường ôn đới của nó và trong những kho báu ẩn giấu của nó. Tuy nhiên có một lý do khác khiến thế giới có giá trị. Và điều này sẽ không hiển nhiên đối với bạn, bởi vì bạn không thể nhận ra điều này từ điểm quan sát của mình. Và đó là rằng thế giới nằm trong một vị trí chiến lược có giá trị đối với các chủng loài khác.

Để hiểu được điều này, bạn sẽ phải có một cái nhìn tổng quan về sự cạnh tranh giữa các Tập Đoàn và các tổ chức kinh tế và chính trị trong khu vực bạn đang sống. Có nhiều người tham gia. Có xung đột, mặc dù chiến tranh hiếm khi xảy ra. Sự cạnh tranh được thực hiện theo những cách thức tinh vi và khéo léo hơn, bởi vì công nghệ có thể được chia sẻ, sao chép và mua. Chính sức mạnh trong Môi Trường Tinh Thần, sức mạnh của sự thuyết phục và sức mạnh của nhận biết sáng suốt, mà giữ lợi thế lớn nhất ở đây. Nhân loại vẫn chưa nhận ra điều này, vì nó vẫn còn thô bạo trong việc sử dụng quyền lực của mình. Nhưng giáo dục của bạn về Cộng Đồng Vĩ Đại phải bắt đầu vào một lúc nào đó. Và chắc chắn đây là lúc!

Vị trí chiến lược của thế giới bạn cộng thêm vào tầm quan trọng của nó. Có một số Tập Đoàn đang cạnh tranh cho sự ưu việt trong thế giới của bạn. Họ đang cạnh tranh với nhau, mặc dù họ không chiến tranh. Chúng tôi chắc chắn rằng bạn có thể nghĩ ra những ví dụ cho điều này trong thế giới của chính bạn. Ví dụ như, nhiều quốc gia trên thế giới của bạn có thể cạnh tranh cho của cải của một quốc gia nghèo hơn. Sự cạnh tranh như vậy đang diễn ra ngay lúc này, và đó là lý do tại sao Sự Can Thiệp có nhiều bộ mặt. Đó là lý do tại sao bạn sẽ thấy nhiều kiểu dĩa bay khác nhau lơ lửng trên vùng đất của bạn. Bạn sẽ chạm trán nhiều chủng loài chúng sinh khác nhau, và điều đó sẽ là rất bối rối, và bạn sẽ nghĩ, "Một số thì tốt, và một số thì xấu. Một số đang ở đây để giúp đỡ, và một số có thể không ở đây để giúp đỡ." Nhưng bạn chỉ đang phỏng đoán. Và chỉ những kỳ vọng đầy hy vọng của bạn mới khuyến khích bạn nghĩ rằng bất kỳ ai đang ở trên bề mặt thế giới của bạn là đang ở đây vì lợi ích của bạn.

Đồng minh của bạn sẽ không xâm phạm. Đồng minh của bạn sẽ không tìm cách thao túng bạn hoặc trao cho bạn quyền lực mà bạn chưa thể đảm nhận hoặc trao cho bạn những công nghệ mà bạn chưa thể sử dụng một cách có ích. Đồng minh của bạn không tìm cách chinh phục bạn hoặc biến bạn thành một phần của hiệp hội của họ.

Trước khi bạn có thể tiến triển trong Cộng Đồng Vĩ Đại, trước tiên bạn phải tồn tại. Và để tồn tại, bạn phải thống nhất và bảo vệ thế giới của mình khỏi những can thiệp như đang xảy ra ở đây lúc này. Nếu bạn có thể đảm bảo tự do của mình, thì Sự Can Thiệp sẽ rất khó đạt được, ít ra là bằng các biện pháp hợp pháp. Và bạn sẽ phải trở thành một thế lực đáng lo ngại, thay vì một chủng loài yếu ớt đang điều hành một hành tinh xinh đẹp.

Chúng tôi tin vào sự thật và quyền lực vĩ đại đang tồn tại trong trái tim con người, nếu không chúng tôi đã không thực hiện một hành trình dài để đến đây, hoặc tự đặt mình trong rủi ro lớn như vậy để dành những năm này quan sát Sự Can Thiệp và các hoạt động của nó. Đồng minh của bạn tin vào hứa hẹn của nhân loại.

Tuy nhiên, bạn sẽ thấy sự tôn trọng như vậy là hiếm trong Cộng Đồng Vĩ Đại. Bởi vì như là đúng ở rất nhiều nơi, giá trị của bạn và trị giá của bạn sẽ được xác định bởi những gì bạn sở hữu, những gì bạn có thể giao dịch, những gì bạn có thể bán, những gì bạn có thể trao. Đây là cuộc sống. Đây là bản chất tự nhiên. Công nghệ không thay đổi điều này. Bạn phải học điều này. Nếu bạn tin rằng công nghệ là sự cứu rỗi của bạn, thì bạn sẽ được cứu để dành cho một chủng loài khác có công nghệ vượt trội hơn bạn.

Xin hãy nghe lời nói của chúng tôi ở đây. Chúng tôi nói từ kinh nghiệm lớn lao. Chúng tôi không thể chứng minh những điều này cho bạn cho đến khi bạn có thể tự mình thấy. Và khi bạn tự mình thấy, nó sẽ là quá hiển nhiên! Sự Can Thiệp là quá hiển nhiên! Nhưng ai có thể nhìn thấy nó? Từ điểm quan sát của bạn, khó hơn rất nhiều để nhận ra. Và cho đến khi bạn có thể có giáo dục và cách nhìn của Cộng Đồng Vĩ Đại, cho đến khi bạn học về thực tế của Cộng Đồng Vĩ Đại, làm sao bạn có thể hiểu được? Trái tim của bạn sẽ biết, nhưng bạn có thể lắng nghe hay không?

Con người muốn một kết quả hạnh phúc. Con người muốn tránh xung đột và thách thức. Con người thật sự không muốn thay đổi. Nhưng đó không phải là những gì cuộc sống mang lại.

Nhân loại phải trở nên mạnh mẽ hơn rất nhiều so với ngày hôm nay. Tự do của loài người phải là lời vận động. Vì vậy khi bạn hỏi, “Tại sao lại là thế giới của chúng tôi?", thì bạn phải nhận ra những điều mà chúng tôi đã đề cập. Những gì hiển nhiên thì bạn sẽ có thể nhìn thấy. Những gì không hiển nhiên thì bạn sẽ không thể nhìn thấy, nhưng bạn vẫn có thể hiểu được. Tất nhiên, bạn có thể chọn không tin tưởng lời nói của chúng tôi. Bạn có thể tin rằng không thể nào chúng tôi có thể liên lạc với bạn theo cách này. Bạn có thể nghi ngờ toàn bộ quá trình mà chúng tôi liên lạc thông qua. Bạn có thể bỏ lời khuyên của chúng tôi. Chúng tôi hiểu. Nhưng bạn phải đi theo Minh Triết đang sống bên trong bạn để thật sự biết và nếu bạn thật sự biết, thì bạn sẽ biết rằng chúng tôi đang chân thật với bạn.

Đây là nơi mà bằng chứng chân thật sẽ xảy ra. Nếu bạn chỉ tìm kiếm bằng chứng trong biểu hiện, à, thì bạn có thể bị thuyết phục về nhiều điều. Nhưng chỉ có Tri Thức bên trong bạn mới có thể được thuyết phục bởi chính sự thật. Nó không thể bị lừa dối. Đây là niềm hy vọng mạnh mẽ nhất và lớn nhất của bạn. Đây là quyền lực vĩ đại nhất trong vũ trụ, và những vị khách của bạn không sử dụng nó. Đây là chìa khóa. Hãy học Con Đường của Tri Thức và bạn sẽ có chìa khóa. Nếu bạn muốn mọi thứ được thể hiện cho bạn, à, thì bạn sẽ bị dẫn đi lạc hướng. Bạn sẽ bị thuyết phục bởi những thế lực khác. Bạn sẽ đi theo những gì bạn muốn thay vì những gì bạn thật sự biết. Thế giới sẽ bị trao đi. Và việc chiếm đóng sẽ trở nên hoàn tất.

Bạn đang sống ở một thời điểm quan trọng, có lẽ là thời điểm vĩ đại nhất trong lịch sử thế giới của bạn. Bạn đã đến vào một thời điểm vĩ đại. Đây có phải là một tai nạn? Đó có phải là một sai lầm? Hay nó đã được định như vậy? Bạn, người có thể đang bất an trong cuộc sống của mình, đang tìm kiếm một thực tế lớn hơn và một ý nghĩa lớn hơn, chắc chắn rằng bạn phải xem xét điều này. Bạn là người bản địa của một thế giới đang bị viếng thăm cho mục đích chinh phục và thống trị. Bạn sẽ đáp lại như thế nào?

Lựa chọn là của bạn. Chúng tôi chỉ có thể tư vấn. Không ai trong Cộng Đồng Vĩ Đại sẽ đến và giải cứu bạn. Những nhà thông thái không làm điều đó. Có lẽ bạn thắc mắc và nói, "Tại sao không?" Bạn phải tin tưởng chúng tôi trong vấn đề này vì nếu chúng tôi can thiệp theo kiểu quân sự, nếu chúng tôi tập hợp sức mạnh để làm điều đó, các thế giới của chúng tôi sẽ bị đe dọa. Chúng tôi sẽ hoạt động bên ngoài khu vực tài phán của mình, vi phạm các quy tắc ứng xử của khu vực tài phán đó. Bạn có thể thấy được điều này không?

Ngay cả khi như vậy, nếu nhân loại muốn trở nên mạnh mẽ và độc lập trong vũ trụ, nó phải thiết lập sức mạnh và sự độc lập của chính mình. Nó không thể được giải cứu. Điều đang đối đầu với bạn là thực tế của cuộc sống trong vũ trụ. Đó không phải là một sức mạnh xấu xa. Đó không phải là một thế lực nham hiểm. Đó chỉ là kẻ mạnh lợi dụng kẻ yếu, nếu có thể. Đó là bản chất tự nhiên. Đó là cuộc sống. Cho đến khi bạn đạt đến một hiểu biết thánh linh lớn hơn, một hiểu biết về Tri Thức, thì đó là cuộc sống mà là chân thật. Tri Thức cũng hiếm trong vũ trụ như trong thế giới của chính bạn.

Nhiều người đặt tất cả hy vọng của họ vào việc được giải cứu bởi một chủng loài lớn hơn. Làm thế nào họ sẽ phân biệt được đồng minh của họ khỏi đối thủ của họ? Họ chỉ đã chín muồi cho Sự Can Thiệp. Họ sẽ tìm cách hợp nhất với Sự Can Thiệp, tin rằng nó sẽ cứu nhân loại khỏi bản thân, tin vào những gì những vị khách của bạn tin, bởi vì họ bị thuyết phục rằng nhân loại là quá vô kỷ luật, vô tổ chức và không xứng đáng ngay cả để sống ở một nơi có giá trị như vậy.

Bạn không thể có một cái nhìn huyền ảo, lãng mạn về cuộc sống trong vũ trụ nếu bạn muốn hiểu được nó và chuẩn bị cho nó một cách phù hợp. Bạn phải có sự khôn ngoan và sự tỉnh táo. Bạn không thể lừa dối bản thân trong vấn đề này. Bạn đang sống trong một môi trường của sự thuyết phục khổng lồ, không chỉ là sự thuyết phục giữa con người mà còn là sự thuyết phục từ các thế lực trong Cộng Đồng Vĩ Đại đang nằm giữa các bạn. Làm thế nào bạn sẽ vượt qua và chống lại ảnh hưởng này trong cuộc sống của mình? Chúng tôi phải nhấn mạnh và lặp đi lặp lại những điều chúng tôi đang nhấn mạnh bởi vì chúng tôi muốn hỗ trợ bạn vượt qua những ảnh hưởng mà sẽ giữ bạn trong trạng thái bối rối hoặc mâu thuẫn liên quan đến chính những thế lực đang đe dọa phúc lợi của bạn tại thời điểm này.

Bạn chưa bao giờ ở trong tình huống như thế này trước đây. Chắc chắn bạn chưa bao giờ phải đối mặt với một Sự Can Thiệp ở mức độ này. Con người sẽ phủ nhận sự tồn tại của nó. Họ sẽ cười vào nó. Họ sẽ khinh bỉ nó. Họ không muốn nó trở thành sự thật. Họ không muốn nó là thật. Nhưng điều đó không làm thay đổi thực tế.

Từ những bài tóm tắt đầu tiên của chúng tôi, chúng tôi hiểu rằng nhiều người đã hỏi về tên chúng tôi và danh tính của chúng tôi, chúng tôi đến từ đâu, và vân vân, như thể họ phải biết những điều này để có thể tin tưởng lời nói của chúng tôi. Nhưng chúng tôi không thể cung cấp chúng, vì chúng tôi phải ẩn mình nếu không chúng tôi sẽ gặp nguy hiểm lớn lao, và đồng minh của bạn, những loài đã cử chúng tôi đến gần thế giới cũng sẽ gặp nguy hiểm lớn lao.

Sự tin tưởng phải đến từ một hiểu biết sâu thẳm hơn. Bạn cần góc nhìn chứ không phải thông tin. Nếu bạn không thể nhìn thấy rõ ràng tình hình, thì việc có thêm thông tin có ích gì? Nếu bạn không thể biết được sự thật trong trái tim của chính bạn, thì thông tin sẽ cung cấp gì cho bạn? Bạn cần một ít thông tin. Bạn cần nhiều góc nhìn. Và bạn cần rất nhiều lòng can đảm.

Tại sao thế giới của bạn đang bị viếng thăm? Tại sao có Sự Can Thiệp? Hãy suy nghĩ về những điều này, và bạn sẽ thấy rõ. Nó thật là hiển nhiên.

BÀI TÓM TẮT THỨ BA

Ảnh Hưởng Trên Nhân Loại

Thiết yếu để bây giờ chúng tôi nói về bản chất của sự dụ dỗ đang được đặt trên nhân loại. Bởi vì đây là một Sự Can Thiệp chứ không phải sự viếng thăm và bởi vì mục đích và mục tiêu tổng thể của nó là sự thống trị của thế giới bạn và sự chinh phục loài người, các phương pháp sẽ được sử dụng sẽ được sử dụng để khuyến khích, để lôi kéo và để dụ dỗ nhân loại vào trong vai trò hợp tác, hầu hạ cho những vị khách của bạn. Bởi vì những vị khách của bạn không được phép công khai xâm chiếm thế giới này, họ phải sử dụng các cách thức này. Bởi vì có nhiều hơn một Tập Đoàn đang hoạt động trong thế giới tìm cách đạt được mục tiêu này, họ đều sẽ sử dụng các cách thức này. Trong việc này, các Tập Đoàn vận hành hầu như theo cùng một cách.

Bởi vì họ không mạo hiểm vào trong các lãnh thổ xa xôi hoặc chưa được khám phá, các Tập Đoàn phải duy trì trọng tâm của họ nơi mà họ có sự tập trung quyền lực và nơi mà tổ chức của họ có thể hoạt động hiệu quả. Trong đây, họ đã trở nên khá thành thạo trong việc sử dụng sức mạnh của sự thuyết phục. Trọng tâm chính của họ ngoài những tuyến đường giao dịch và thương mại thông thường của mình là để tiếp cận với những thế giới đang trỗi lên như thế giới của bạn và để tiếp cận với những khám phá sinh học và khoáng sản mới ở những vùng mà họ có trội thế. Bởi vì trong hầu hết các khu vực, các Tập Đoàn bị ngăn cản không được có sự hiện diện quân sự ngoài lực lượng an ninh của riêng họ. Do đó, họ phải tham gia vào các hoạt động tinh vi hơn và tốn nhiều thời gian hơn. Nhưng điều này được họ xem là thích hợp ở đây bởi vì họ muốn sự hợp tác của nhân loại. Họ không thể vận hành trong thế giới mà không có sự giúp đỡ của bạn. Họ không thể hít thở bầu không khí của bạn. Họ không thể tiếp cận tài nguyên của bạn. Họ không thể sống trên bề mặt thế giới của bạn một cách hiệu quả, và do đó để tận dụng hết các tài nguyên của thế giới bạn và vị trí chiến lược của thế giới bạn, họ phải có sự trợ giúp của con người.

Thật vậy, ngoài điều này, các Tập Đoàn mà đang hoạt động trong thế giới ngày hôm nay muốn cộng thêm một thành phần con người vào cộng đồng và trí lực tập thể của họ. Không chỉ đơn giản là họ muốn bạn trở thành nhân lực cho họ; họ muốn bạn trở thành một phần của họ. Điều này tăng thêm sức mạnh tập thể của họ và sẽ giảm thiểu bất kỳ sự kháng cự nào trong tương lai mà nhân loại có thể thiết lập cho lợi ích của riêng mình. Đây là lý do tại sao có sự đầu tư lớn về thời gian và năng lượng trong việc đạt được lòng trung thành của con người, trong việc gắn kết với nhân loại thông qua lai giống và trong việc thiết lập mối liên kết sâu rộng với gia đình loài người.

Thế giới này có giá trị nhiều đến nỗi Sự Can Thiệp không muốn rủi ro có cuộc cách mạng bởi loài người trong tương lai. Những cuộc cách mạng như vậy đã từng xảy ra trước đây. Chúng tôi có thể chứng thực điều này từ kinh nghiệm của chính mình. Chúng tôi là sản phẩm của những cuộc cách mạng như vậy trong những thế giới của riêng mình. Mặc dù hoàn cảnh của chúng tôi khá khác so với của bạn, nhưng bản chất của Sự Can Thiệp và các cách thức được sử dụng là thật sự khá giống nhau. Đây là lý do tại sao chúng tôi có thể nói với thẩm quyền về chủ đề này.

Những sự dụ dỗ mà sẽ được thực hiện sẽ rất đa dạng, tùy thuộc vào đối tượng đang được tiếp cận và nhằm mục đích gì. Đối với những cá nhân được coi là dễ tiếp thu và hợp tác trong chính phủ, lời dụ dỗ sẽ là lời hứa về quyền lực và công nghệ lớn hơn. Nhân loại đang ở trong vị trí rất dễ bị ảnh hưởng theo nghĩa này bởi vì niềm tin của nó vào công nghệ và hy vọng của nó rằng công nghệ sẽ giải quyết được tất cả các vấn đề của mình là rất, rất mạnh mẽ. Tất nhiên điều này đã được hỗ trợ bởi Sự Can Thiệp bởi vì đây là một trong những cách thức chính mà nhân loại sẽ trở nên phụ thuộc vào chính Sự Can Thiệp.

Đối với những người trong hành lang quyền lực trong các chính phủ của bạn, những cá nhân được coi là dễ tiếp thu và hợp tác, lời hứa hẹn về công nghệ lớn hơn và thậm chí là sự thống trị thế giới sẽ được trình bày. Điều này có thể được trình bày thông qua Môi Trường Tinh Thần khi ý tưởng được gửi vào trong tâm trí của những cá nhân này, hoặc như đã xảy ra, có thể có cuộc gặp mặt với chính những vị khách.

Và họ sẽ chào mời cho nhân loại những gì? Họ sẽ chào mời cho nhân loại một số công nghệ cơ bản của họ, chắc chắn không thứ gì mà họ xem là tiên tiến, độc đáo, bí mật hoặc thiêng liêng đối với họ—động cơ phản lực cơ bản trong không gian, cách dùng cơ bản của năng lượng điện tử, phương pháp sản xuất. Họ sẽ không dạy về sức mạnh trong Môi Trường Tinh Thần, bởi vì họ không muốn nhân loại có sức mạnh này trừ khi nó được kiểm soát và chỉ đạo hoàn toàn bởi chính những vị khách.

Và ai trong hành lang quyền lực của bạn có thể chống lại sự cám dỗ như vậy? Nhiều người sẽ quy phục. Họ sẽ thấy trong những món quà này sự giàu có, quyền lực, sự điều khiển, sự thống trị và lợi thế vĩ đại trên đồng loại của họ và trên các quốc gia khác mà họ đang cạnh tranh trực tiếp. Chỉ những cá nhân có Tri Thức mạnh mẽ mới có thể nhận ra sự lừa dối và chống lại sự cám dỗ trong những lời dụ dỗ này.

Những người trong vị trí giàu có và quyền lực kinh tế to lớn, nếu họ được coi là hợp tác và dễ đón nhận, thì cũng sẽ được liên lạc. Và một lần nữa, ai trong số họ có thể chống lại sự cám dỗ như vậy, một lời hứa như vậy cho sự giàu có, quyền lực và sự điều khiển? Tuy nhiên những lời dụ dỗ này chỉ là sự lừa dối —cách thức để lôi kéo người khác tham gia vào hoạt động của Tập Đoàn, cách thức để thiết lập mối liên hệ mạnh mẽ. Những người được tiếp xúc, những cá nhân rơi vào bẫy của sự lừa dối này, sẽ không hiểu được ý nghĩa thật sự đằng sau nó. Và bất cứ sức mạnh và quyền lực nào được trao cho họ sẽ chỉ là sự ban tặng tạm thời.

Như chúng tôi đã nói, các vị khách cần sự hỗ trợ của con người. Họ cũng cần sự lãnh đạo của con người. Các Tập Đoàn không có nhiều cá thể đang hoạt động trong thế giới này, và vì vậy họ cần một hệ thống cấp bậc của thẩm quyền con người để phục vụ họ. Họ cần những cơ sở hạ tầng mà bạn đã xây dựng. Đây một lần nữa là lý do tại sao họ đã không đến thăm sớm hơn. Đây là lý do tại sao Sự Can Thiệp đã bị trì hoãn cho đến thời đại này trong quá trình phát triển của con người. Sự Can Thiệp cần các chính phủ; nó cần các tôn giáo; nó cần tất cả cấu trúc vận hành này mà qua đó tổ chức của nó có thể lưu thông.

Vì vậy, vào lúc đầu họ phải đạt được liên minh. Họ phải đạt được người ủng hộ. Họ phải đạt được sự trợ giúp từ các cá nhân, đặc biệt là những người mà họ cho là ở trong vị trí quyền lực và quyền thế. Chúng tôi đã nói về điều này trong các bài tóm tắt đầu tiên của chúng tôi. Nhưng nó cần được lặp lại, bởi vì bạn phải hiểu rằng những điều này đang xảy ra và đã xảy ra rồi.

Có những cá nhân trong vị trí quyền lực trong thương mại và chính phủ mà đã hợp tác với Sự Can Thiệp rồi. Số lượng của họ sẽ tăng lên, và sức mạnh và ảnh hưởng của họ sẽ tăng lên nếu Sự Can Thiệp không được ngăn chặn và nếu việc giáo dục cộng đồng không thể được tạo ra thành công.

Nhóm các cá nhân tiếp theo đã được nhắm đến sẽ là các nhà lãnh đạo của các tổ chức tôn giáo của bạn. Những người trong số họ mà được coi là dễ đón nhận và hợp tác sẽ bị nhắm đến và ý tưởng và thông tin sẽ chảy vào trong tâm trí họ cho đến khi cuộc gặp gỡ trực tiếp có thể được sắp xếp. Thứ sẽ được đưa cho họ là lời hứa rằng tổ chức tôn giáo và giáo lý của họ sẽ trở thành ưu thế trong trật tự thế giới mới. Và thậm chí xa hơn thế, nó sẽ được hứa với họ rằng giáo lý của họ, vĩ đại hơn những tôn giáo khác, sẽ có thể vươn ra ngoài thế giới và có ảnh hưởng trong chính Cộng Đồng Vĩ Đại. Nhà lãnh đạo tôn giáo sùng đạo nào có thể cưỡng lại sự cám dỗ này để truyền thống của họ phát triển và mở rộng thậm chí ra ngoài giới hạn của thế giới này? Không phải tất cả các nhà lãnh đạo sẽ được liên hệ. Chỉ những người được coi là dễ đón nhận và hợp tác và có thể trở nên thông cảm và vận hành bên trong chính Sự Can Thiệp.

Sự Can Thiệp là một phần của lịch sử loài người của chính bạn. Chúng tôi hiểu rằng những điều như vậy đã xảy ra vô số lần. Khi các quốc gia lớn cố gắng chế ngự các quốc gia yếu hơn, họ tìm cách quyến rũ các nhà lãnh đạo của các nhóm và các quốc gia yếu hơn đó với những lời hứa về quyền lực và uy quyền và những món quà công nghệ, những thứ rẻ tiền. Việc này đã thật là hiệu quả. Tuy nhiên điều này không phải là độc nhất cho thế giới của bạn. Nó xảy ra khắp vũ trụ.

Các nhà lãnh đạo của các tổ chức tôn giáo của bạn sẽ được hứa hẹn về sự ưu việt trong thế giới của bạn. Ngay cả niềm tin của họ sẽ được công nhận, nhưng đây một lần nữa là sự lừa dối. Các vị khách không quan tâm về các tôn giáo của bạn. Họ tin rằng chúng chỉ là sự điên rồ và mê tín của loài người. Không có tôn giáo nào của riêng họ mà bạn có thể nhận ra và hiểu được, họ sẽ tìm cách sử dụng tôn giáo của bạn để có được lòng trung thành của bạn. Các Tập Đoàn tin rằng điều này là hoàn toàn đạo đức, bởi vì họ tin rằng nhân loại sẽ hủy diệt thế giới nếu không có Sự Can Thiệp của họ. Điều này tất nhiên là không đúng sự thật, nhưng đây là niềm tin của họ. Và họ cảm thấy rằng những cách thức như vậy là cần thiết để đảm bảo cái kết mà họ đang cố gắng đạt được. Các Tập Đoàn biện minh cho những hành vi này bởi vì họ tin vào sự ưu việt của chủng loài họ và trong sự cần thiết của nhiệm vụ của họ ở đây trên thế giới.

Suy nghĩ của họ là, "Tại sao lại để người bản xứ hủy hoại thế giới trong khi chúng ta có thể điều hành nó cho họ và chúng ta có thể dạy cho họ giá trị và lợi ích to lớn của cộng đồng tập thể của chúng ta?" Đây là lý do tại sao bạn không được nhìn Sự Can Thiệp theo cách mê tín. Các vị khách không phải là thiên thần, và họ không phải là ác quỷ. Họ được thúc đẩy bởi cùng những nhu cầu thúc đẩy nhân loại, và họ sẽ sử dụng nhiều kỹ thuật tương tự mà nhân loại đã cố gắng sử dụng, mặc dù ở quy mô nhỏ hơn nhiều, để đạt được mục tiêu của họ.

Tiếp theo, sự dụ dỗ sẽ được tập trung vào hai nhóm cá nhân riêng biệt. Trên thực tế, đây không phải là hai nhóm người, mà thật sự là sự phân loại các cá nhân. Nhóm đầu là những người được coi là ngoại cảm và nhạy cảm. Sự dụ dỗ ở đây là để xác nhận sự nhạy cảm của họ và để dụ họ tham gia vào tâm trí tập thể của chính Sự Can Thiệp. Ở đây những cá nhân này sẽ được khuyến khích để hỗ trợ Sự Can Thiệp, và niềm tin của chính họ về sự yếu đuối và tội lỗi của nhân loại sẽ được khuyến khích. Và hy vọng của họ rằng quyền lực lớn hơn nào đó từ bên ngoài thế giới sẽ đến để giải cứu nhân loại khỏi sự diệt vong của chính nó sẽ được khuyến khích rất nhiều. Ở đây sẽ được dạy cho họ rằng họ là một phần của sự liên kết lớn hơn của cuộc sống mà được thể hiện bởi chính Sự Can Thiệp. Ở đây quan điểm và nguyện vọng tín ngưỡng của họ sẽ được khuyến khích nhưng được hướng về các Tập Đoàn.

Những cá nhân này sẽ được bảo phải tin tưởng vào sự hiện diện của người ngoài hành tinh đang ở trong thế giới, rằng nó đang ở đây để nâng nhân loại lên, để biến đổi nhân loại, và để giải cứu nhân loại khỏi những sai lầm của chính mình. Họ sẽ được khuyến khích để trở thành người đại diện của nó, để trở thành phát ngôn viên của nó, để truyền cảm hứng cho người khác để trao niềm tin và sự tin tưởng của mình cho sự hiện diện của người ngoài hành tinh và để trở thành một phần của chuyển động vĩ đại này trong ý thức, sự thay đổi tiến hóa vĩ đại này mà đang xảy ra giữa họ. Tuy nhiên những cá nhân này, không biết được bản chất hoặc ý định thật sự của Sự Can Thiệp, sẽ vô tình trở thành phát ngôn viên của nó và người đại diện của nó. Khi đã trở thành một phần của Chương Trình Bình Định của những vị khách, giờ đây họ sẽ bình định những người khác và đưa họ đến với Sự Can Thiệp.

Vì vậy trong khi các vị khách tìm kiếm mối liên hệ với các cá nhân trong vị trí quyền lực trong chính phủ và tôn giáo, họ cũng tìm cách thiết lập những người đại diện trong cộng đồng con người. Đối với những người nhạy cảm mà không thể trở nên đón nhận và hợp tác với Sự Can Thiệp, kỹ năng và khả năng của họ sẽ bị cản trở. Nếu những cá nhân như vậy bắt đầu thật sự hiểu được bản chất thật của Sự Can Thiệp, thì họ có thể trở thành nạn nhân của sự rối loạn tinh thần thật sự. Ngoài ra, trong số những người nhạy cảm và những nhà ngoại cảm, sẽ có cuộc tìm kiếm cho số ít cá nhân đang sống trong thế giới ngày hôm nay mà có hiểu biết bẩm sinh và trực quan về các kho lưu trữ. Cuộc tìm kiếm họ đang được tiến hành.

Những vị khách hiểu rằng chìa khóa cho lòng trung thành của con người là sự tìm kiếm quyền lực, sự giàu có và sự toại nguyện tâm linh. Ở đây con người sẽ vận hành chống lại lợi ích tốt nhất của chính mình nếu họ tin rằng các hoạt động của họ được xếp đặt và hỗ trợ bởi một thế lực lớn lao. Chúng tôi đã nói về điều này rồi trong loạt bài thảo luận đầu tiên của chúng tôi. Nhưng một lần nữa chúng tôi phải nói thêm về điểm này. Có lẽ bạn sẽ thấy những người tự nhận là ngoại cảm và nhạy cảm đang hỗ trợ và khuyến khích mọi người tin tưởng và tin vào sự hiện diện của các vị khách, tin rằng các vị khách đại diện cho một nhận thức tâm linh, một thế lực tâm linh, thậm chí là chính sự tiến hóa. Các vị khách sẽ nói với họ, "Hãy nhìn xem, chúng tôi không có chiến tranh. Chúng tôi sống trong hòa bình và hợp tác. Bạn chưa đạt được những điều này. Do đó, hãy tin tưởng rằng chúng tôi có thể trao chúng cho bạn và dạy bạn cách hợp tác và dạy bạn cách sống trong hòa bình, hòa hợp và bình đẳng."

Ai trong số những người đầy lý tưởng có thể chống lại sự cám dỗ như vậy, khi đã mất niềm tin vào tinh thần con người? Đã từ chối các tổ chức con người ở mức độ nào đó, giờ đây họ nhìn lên trời cho sự giúp đỡ, cho cảm hứng, và cho chính sự cứu rỗi. Và khi họ bị bắt bởi những vị khách hoặc bị liên lạc bởi những vị khách, những khuynh hướng như thế đặt họ vào vị trí hoàn hảo để trở nên dễ đón nhận Sự Can Thiệp và trở thành người đại diện cho Sự Can Thiệp.

Những người sẽ không hợp tác sẽ bị cung cấp thông tin lẫn lộn. Họ thậm chí có thể bị hành hạ về tâm trí trừ khi họ kêu gọi quyền lực của Những Đấng Vô Hình, Sự Hiện Diện của Thiên Thần, để giúp họ. Và họ phải đạt được vị thế mạnh mẽ chống lại Sự Can Thiệp với sự hiểu biết thật sự về những động cơ của nó. Lời nói của chúng tôi sẽ trao cho họ sức mạnh và sự khích lệ. Đây một phần là lý do tại sao thông điệp của chúng tôi là được cần rất khẩn cấp trong thế giới ngày hôm nay.

Nhóm tiếp theo sẽ được liên lạc sẽ là những người đại diện sốt sắng cho truyền thống tôn giáo của họ. Chủ nghĩa chính thống của họ là rất gần trong nhiều khía cạnh với triết lý và tâm tính của các Tập Đoàn. Các Tập Đoàn chỉ ủng hộ một quan điểm về thực tại và chỉ một quan điểm về cộng đồng, và họ giữ điều này trong sự tôn kính gần như đến mức nó là một trọng tâm tín ngưỡng. Những người sốt sắng, đặc biệt là những người đầy sự tức giận và bất bình chống lại thế giới và chống lại những người mà họ thấy chống lại họ, sẽ trở thành những ứng cử viên hàng đầu để khuyến khích sự hợp tác với các Tập Đoàn và sự tiêu diệt những người chống lại các Tập Đoàn.

Đây là một tình huống rất khó khăn và nguy hiểm, vì các vị khách sẽ sử dụng lòng trung thành của con người và những người đại diện của mình để thực hiện các hoạt động phá hoại của mình trong thế giới. Đó sẽ không phải là những vị khách mà sẽ tiêu diệt những người không chịu và không thể hợp tác. Đó sẽ là các đối tác con người của những vị khách, những đại diện con người của họ, mà sẽ thực hiện sự hủy diệt đó. Bằng cách này, bản chất và mục đích thật của Sự Can Thiệp vẫn ẩn giấu và những hành vi bạo lực như vậy sẽ chỉ đơn giản bị quy cho lỗi lầm của con người và bạo lực của con người và chứng tỏ nhu cầu cho Sự Can Thiệp. Bởi vì những vị khách một lần nữa sẽ nói, "Hãy nhìn những hành động bạo lực khủng khiếp này! Chúng tôi không bạo lực. Chúng tôi không đến với vũ khí chiến tranh. Chúng tôi không tiêu diệt bạn. Đây là kết quả của sự ngu ngốc của con người và sự sa đọa của con người. Chúng tôi sẽ dạy cho bạn cách vượt qua tất cả những điều này." Vì vậy ngay cả bạo lực được thực hiện bởi Sự Can Thiệp cũng sẽ được sử dụng bởi những vị khách để hỗ trợ sự ưu việt của họ và để góp phần cho ảo tưởng rằng bản thân họ không sử dụng sự lừa dối, thao túng hoặc vũ lực để đạt được lợi thế của mình.

Rõ ràng, có những cá nhân trên thế giới bạn mà rất sốt sắng trong việc đại diện cho niềm tin và nguyện vọng tín ngưỡng của mình. Những Đấng Vô Hình đã nói nhiều với chúng tôi về điều này, và tất nhiên chúng tôi đã thấy điều này trong nhiều thế giới khác. Nó không phải là độc nhất cho loài người. Tuy nhiên nó là một dạng đam mê mù quáng, và sự đam mê mù quáng được thúc đẩy bởi sự tức giận và thù địch trở thành một thế lực bao trùm cho cá nhân, một thế lực có thể bị thao túng nhiều và dễ bị lấn chiếm bởi chính Sự Can Thiệp.

Những người nhiệt thành như vậy sẽ khởi xướng phong trào tuân thủ nghiêm ngặt và sẽ lôi ra những người phản đối sự tuân thủ nghiêm ngặt đó. Bạo lực sẽ đổ lên những người không tin, và họ sẽ bị gạt sang bên. Bằng cách này, thông qua con mắt của Sự Can Thiệp, những người chống lại Sự Can Thiệp và những người không thể sẵn sàng ủng hộ nó sẽ được nhận diện và sẽ được phân loại trong số nhiều người sống trong thế giới của bạn. Và việc sàng lọc sẽ xảy ra ở cấp độ tương tác của con người. Bằng cách này, các vị khách sẽ nhận ra đối thủ thật sự của mình và các đối thủ tiềm tàn của mình. Và giờ đây khi đã có được một mạng lưới các đại diện con người mà nhiệt thành ủng hộ và thúc đẩy các mục đích tôn giáo của họ, Sự Can Thiệp sẽ sử dụng những cá nhân này như phương tiện mà thông qua đó bạo lực sẽ được mở rộng. Trong lúc đó, các vị khách dường như vẫn ở trên và ở ngoài hoạt động và hành vi như thế.

Bạn có thể dừng lại ở đây và tự hỏi, “Chà, làm sao những điều như vậy có thể xảy ra? Điều này có vẻ quá cực đoan! Điều này có vẻ quá tiêu cực, quá khủng khiếp!” Nhưng đối với bất kỳ ai đã nghiên cứu lịch sử loài người, bạn sẽ thấy minh chứng cho tất cả những điều mà chúng tôi đang nói đến—thao túng tôn giáo, lai giống, bạo lực trên kẻ thù, đặc biệt trong các tình huống mà người dân bản địa đã được khuyến khích để chấp nhận và đón nhận những vị khách mới của họ. Dễ hơn nhiều để quản lý một người tin vào động cơ của bạn và hợp tác hơn là một người đơn giản đang bị nô dịch. Nhân loại có sức mạnh lớn lao để vứt bỏ xiềng xích của sự nô dịch. Và do đó Sự Can Thiệp sẽ tìm cách dùng những sự dụ dỗ này để đạt được càng nhiều càng tốt sự hợp tác và tin tưởng vào sự hiện diện của họ và động cơ của họ. Họ sẽ dùng những cá nhân trong vị trí quyền lực, những người có sự nhạy cảm và khả năng ngoại cảm lớn lao và những người đại diện nhiệt thành của truyền thống tôn giáo của họ, để thúc đẩy và tạo ra sự hợp tác như vậy.

Đối với phần lớn người trong thế giới của bạn, Sự Can Thiệp sẽ không được biết đến và hoàn toàn bị che giấu. Tuy nhiên đối với những người trở nên nhận biết về nó, hoặc vì họ đã bị bắt, hoặc vì họ đã chứng kiến bằng chứng cho Sự Can Thiệp trong thế giới của bạn, những cá nhân này hoặc sẽ được khuyến khích để tin và ủng hộ Sự Can Thiệp hoặc họ sẽ bị gạt sang bên và bị hành hạ bởi nó. Chúng tôi hiểu rằng đã có những cá nhân trong thế giới của bạn mà đã bị gạt sang bên và đang bị hành hạ, những người đã thấy và cảm nhận và nhận ra những thứ mà họ không thể sát nhập vào hiểu biết của mình. Không tìm thấy sự thông cảm giữa những đồng loại của họ, họ rơi vào trầm cảm và sự tách rời khỏi bản thân.

Ở đây những vị khách cố gắng hoặc kết nối bạn với họ hoặc cố gắng vô hiệu hoá bạn. Chỉ người mạnh mẽ với Tri Thức sẽ có thể cưỡng lại sự dụ dỗ và tìm thấy sự cách ly và tự do khỏi sự hành hạ. Đó là lý do tại sao việc học Con Đường Tri Thức phải được khuyến khích.

Ở đây bạn phải học cách chống lại xu hướng của chính mình để muốn nhìn thấy kết quả tốt đẹp và chọn vị trí đầy hy vọng, việc này khiến bạn dễ bị thuyết phục và thao túng. Bạn phải nhìn với đôi mắt sáng tỏ, đôi mắt tỉnh táo, không với hy vọng và sợ hãi, nhưng với sự rõ ràng của Tri Thức bên trong bạn. Nếu bạn có thể đạt được nhận thức này, thì tất cả những gì chúng tôi đang nói với bạn và tất cả những gì chúng tôi đang nhắc nhở bạn sẽ trở nên rất hiển nhiên đối với bạn. Bạn không cần phải sống trong không gian để thấy được những điều này. Bạn không cần phải du hành khắp Cộng Đồng Vĩ Đại để hiểu được những gì đang xảy ra trong thế giới của bạn. Nhưng bạn cần sự hỗ trợ. Bạn cần góc nhìn lớn hơn. Bạn cần sự hiểu biết lớn hơn. Và bạn cần sự khuyến khích để nhìn rõ và không cho đi tâm trí bạn, trái tim bạn hay thế giới của bạn cho bất kỳ thế lực nào hứa hẹn bạn hòa bình, quyền lực, tự do hay bình an. Bởi vì những thứ này phải được sinh ra từ bản chất của chính bạn và hoạt động của chính bạn. Chúng không thể bị ép buộc lên bạn hoặc thậm chí được trao cho bạn. Bạn phải tự mình đạt được chúng và xây dựng chúng.

Tại thời điểm này, vào lúc đầu, bạn phải được cung cấp thông tin. Và bạn phải trở nên tỉnh táo và khôn ngoan. Bạn có thể nghi ngờ lời nói của chúng tôi, nhưng bạn sẽ không tìm thấy sự bảo đảm như vậy ở bất kỳ nơi nào khác, bởi vì chúng tôi là những người đại diện duy nhất của đồng minh của bạn. Các thế lực khác ngoài trái đất mà đang thật sự tham gia trong thế giới của bạn, mặc dù họ có thể cố gắng thể hiện mình là đồng minh và vị cứu tinh của nhân loại, họ chỉ đang ở đây để đạt được lòng trung thành của bạn và kiểm soát thế giới của bạn. Bạn không có bạn bè nào trong số họ. Tình hình là rất rõ ràng nhưng rất khó khăn, rất thử thách. Nó không mơ hồ. Mặc dù bạn có nhiều câu hỏi về cuộc sống trong Cộng Đồng Vĩ Đại và thực tế của chính Sự Can Thiệp, nhiều câu hỏi mà ngay cả chúng tôi cũng không thể trả lời thành công, thì bạn vẫn có thể thấy rõ điều gì đang xảy ra và thiết lập nỗ lực cần thiết để chống lại nó. Bạn có sức mạnh cá nhân và tập thể để làm việc này.

Mặc dù các vị khách có công nghệ vượt trội, sự hoàn thành nhiệm vụ của họ dựa vào khả năng của họ để thuyết phục và để khuyến khích lòng trung thành của con người. Bạn có sức mạnh để cưỡng lại điều này. Bạn có sức mạnh để nhìn thấu sự lừa dối. Đó không phải là công nghệ mà bạn cần bây giờ mà là nhận thức, sự sáng suốt và niềm tin bên trong. Tình huống là rất rõ ràng, nếu bạn có thể nhìn thấy nó, và một khi bạn nhìn thấy nó, bạn sẽ không nghi ngờ gì về những gì đang xảy ra, và bạn sẽ nhìn quanh và bạn sẽ thấy với sự lo lắng lớn lao về việc người khác đang vô thức đi theo, hoặc thậm chí đang khuyến khích chính thứ mà sẽ lấy đi từ nhân loại quyền tự do và quyền tự quyết của chính nó.

Như chúng tôi đã nói, toàn bộ hiện tượng này không phải là một tình huống thần bí hay phức tạp nào đó nằm ngoài tầm hiểu biết của con người. Đó là tự nhiên đang được thực hiện một cách tinh vi, với kỹ năng to lớn. Đó là một thế lực lớn đang cố gắng lợi dụng một thế lực yếu hơn. Một hoạt động như vậy sẽ thành công hay thất bại, tùy thuộc vào sức mạnh và sự quyết tâm của thế lực yếu hơn. Các Tập Đoàn được ngăn khỏi việc đơn giản chiếm đóng thế giới của bạn. Các đối thủ cạnh tranh của họ sẽ không cho phép việc đó, và các tổ chức cầm quyền về thương mại và giao dịch trong khu vực này nơi thế giới bạn nằm trong, sẽ không cho phép điều đó. Tập Đoàn sẽ hoạt động dựa theo quy tắc, nhưng ngoài các quy tắc đó nó sẽ sử dụng bất kỳ cách thức nào nó có thể dùng để đạt được các mục tiêu của mình.

Sự dụ dỗ lớn lao đang được đặt trên thế giới. Nó có nhiều cách thể hiện và trọng tâm. Tuy nhiên nó đều nhằm vào một mục tiêu—để đưa nhân loại đến vị trí tin tưởng, trung thành và phụ thuộc vào chính Sự Can Thiệp. Điều này hoàn toàn che giấu bản chất thật sự của sự chiếm đóng đang được cố gắng làm trong thế giới của bạn. Sự chiếm đóng này sẽ trở nên dễ dàng được nhận ra một khi nó được thiết lập đầy đủ, nhưng đến lúc đó sẽ quá muộn để bạn có thể ngăn chặn những ảnh hưởng của nó mà không với sự vật lộn và hy sinh to lớn.

Do đó, chúng tôi thúc giục bạn và đặc biệt khuyến khích bạn đặt hiện tượng này lên hàng đầu trong nhận thức và sự chú ý của bạn. Bạn có thời gian để dừng Sự Can Thiệp. Nó có thể được ngăn chặn. Bạn có quyền lực và sức mạnh tập thể để làm việc này. Công nghệ không phải là bất lợi của bạn. Đó là sự thiếu hiểu biết. Đó là lòng tham. Đó là sự thù địch. Đó là sự ngây thơ. Đây là những thứ sẽ làm suy giảm sức mạnh của nhân loại. Chính những điều này sẽ khiến thế giới bị chiếm đoạt mà không với chiến tranh và không với bạo lực được thực hiện trên quy mô lớn. Chính quyền lực của Tri Thức bên trong bạn mà sẽ tạo nên mọi khác biệt trong việc ngăn chặn việc này, một khi bạn đạt được đôi mắt để nhìn và có thể hiểu được tình hình một cách rõ ràng.

BÀI TÓM TẮT THỨ TƯ

Các Tập Đoàn

Các xã hội tồn tại trong Cộng Đồng Vĩ Đại ở mọi mức độ phát triển về xã hội và thánh linh có thể hình dung được. Điều này bao gồm các xã hội tiền nông nghiệp cho đến các đế chế, các Tập Đoàn và các dạng tổ chức khác được thiết lập giữa các quốc gia cho sự phòng thủ và giao dịch song phương. Ở mọi cấp độ của quá trình tiến hóa này, có vô số biểu đạt. Tuy nhiên như chúng tôi đã nói, có những vùng rộng lớn của thiên hà mà chưa được khám phá và dân cư thưa thớt, nơi nhiều xã hội sống trong bí mật. Và có nhiều nền văn hóa thậm chí chưa từng được khám phá.

Trong bài thảo luận trước của chúng tôi, chúng tôi đã đưa ra ví dụ tương đồng về việc thiên hà được liên kết với nhau bằng một loạt các tuyến đường, giống như bản đồ đường đi trong thế giới của bạn. Có những tuyến đường lưu thông chính, có những tuyến đường lưu thông phụ, và có những khu vực mà không có "đường" nào tồn tại.

Những ấn tượng mà chúng tôi muốn trao cho bạn về Cộng Đồng Vĩ Đại là phù hợp nhất với vị trí của bạn trong không gian và mô tả rõ ràng nhất về các môi trường gần với thế giới của bạn. Tuy nhiên phạm vi nhìn của bạn vẫn còn cực kỳ hạn chế, và bạn không thể nhìn qua khỏi các hành tinh gần nhất ngay cả trong Hệ Mặt Trời của bạn. Những nỗ lực của bạn trong việc liên lạc bằng radio là vô ích vì không ai sử dụng kiểu công nghệ này để liên lạc giữa các hành tinh.

Việc du hành trong vũ trụ thì được tăng tốc đáng kể dựa trên tiêu chuẩn của bạn, nhưng vẫn còn rất chậm, bởi vì sự khổng lồ của phong cảnh vật chất. Các đế chế lớn và các Tập Đoàn chỉ có thể mở rộng bản thân đến nơi mà họ đã thiết lập cơ sở hạ tầng gần đó. Việc quản lý các tiền đồn ở xa là rất khó khăn về mặt hậu cần và có các mối nguy hiểm khác liên quan đến sự can thiệp của các chủng loài khác cũng như vấn đề về phạm vi quyền hạn và tranh chấp khu vực. Vì lý do này, trong các khu vực thưa thớt dân cư của thiên hà, các Tập Đoàn sẽ không có ở đó. Ngay cả các đế chế lớn cũng có thể hiếm khi gửi những nhà thăm dò tài nguyên đến những vùng này, bởi vì chúng quá xa, và ngay cả khi có thể có khám phá, các vấn đề hậu cần trong việc gửi nguyên liệu và tiếp cận các nguồn tài nguyên này là rất đáng kể. Để làm phức tạp thêm vấn đề, trong những khu vực đông dân cư hơn trong thiên hà, có các quy tắc ứng xử khu vực. Do đó các quốc gia thật sự không thật sự tự do để đi bất cứ nơi nào họ muốn đi trong chuyến khám phá của mình.

Tất nhiên, chúng tôi không mong chờ rằng gia đình loài người hiểu được điều này. Quan điểm hiện tại của bạn là rằng vũ trụ thật sự đang ở đó để được khám phá và được sử dụng cho lợi ích của riêng bạn. Nhưng, than ôi, bạn không phải là những người đầu tiên đặt chân đến đây. Và có nhiều nền văn minh và đế chế lâu đời hơn nhiều so với bất cứ gì mà nhân loại đã thiết lập cho đến nay trên Trái Đất.

Chiến tranh và xung đột to xảy ra trong vũ trụ, nhưng chúng tương đối hiếm. Các cuộc nổi dậy và tranh chấp nội bộ thì phổ biến hơn, nhưng chiến tranh giữa các quốc gia và các đế chế lớn trong vũ trụ thì hiếm hơn nhiều so với bạn nghĩ. Chúng tôi không thể nói thay cho các thiên hà khác, bởi vì chúng tôi chưa bao giờ mạo hiểm đến đó. Nhưng từ những gì chúng tôi biết về thiên hà này và từ những chuyến du hành của riêng mình, chúng tôi biết rằng những điều này là khá đúng.

Nhân loại vẫn đang khám phá nhiều bí mật về công nghệ, và vì vậy đây là nơi nó đặt hy vọng của nó và sự hứa hẹn của nó. Tuy nhiên, giữa các quốc gia tiên tiến hơn, quyền lực của sự ảnh hưởng trong môi trường tinh thần là phạm vi ảnh hưởng lớn hơn nhiều. Bởi vì như chúng tôi đã nói, công nghệ có thể được mua và sao chép. Đó không phải là nơi những lợi thế thật sự thường có thể được tìm thấy.

Tuy nhiên, tài nguyên thì có giá trị, và do đó, việc phá hủy tài nguyên thường bị nhìn với sự không thiện cảm. Để bảo vệ những tài nguyên và những môi trường này, phần lớn các nhà thăm dò tài nguyên bao gồm các Tập Đoàn sẽ cố gắng thuyết phục chủng loài thổ địa để liên minh với họ hơn là cố gắng chiếm lấy chủng loài đó bằng vũ lực. Chiến lược này cũng được hiểu bởi nhiều nền văn minh tiên tiến, những loài đã học qua nhiều thử nghiệm và sai lầm và qua nhiều giai đoạn khó khăn trong lịch sử thế giới của họ. Khi xã hội trở nên ngày càng tiên tiến về công nghệ, nhu cầu về tài nguyên thì lớn hơn và việc bảo tồn tài nguyên thiên nhiên trở thành trọng tâm lớn hơn. Trong nhiều trường hợp, các thế giới mẹ đã sử dụng hết tài nguyên của hành tinh của chính mình, thậm chí đến mức các thế giới này đã trở nên cằn cỗi và không năng suất.

Điều này cung cấp bằng chứng về lý do tại sao thế giới của bạn được nhìn với sự quan tâm lớn như vậy giữa số ít các chủng loài, tương đối mà nói, biết về nó. Giàu sinh học, giàu tài nguyên, quan trọng về mặt chiến lược và có thể tiếp cận được bởi nhiều Tập Đoàn đang sống trong phần này của thiên hà, nó là một giải thưởng đích thực.

Khoảng cách gần của bạn đến các khu vực đông dân cư vừa là bất lợi vừa là lợi thế cho bạn. Điều bất lợi, tất nhiên, đó là thế giới của bạn sẽ bị nhận biết và nằm trong tầm với của các Tập Đoàn, mà chỉ là một dạng cấu trúc xã hội trong vũ trụ. Tuy nhiên, lợi thế cho bạn là rằng thế giới của bạn không thể bị chinh phục, bởi vì bạn sống trong một khu vực được cai quản bởi các quy tắc ứng xử. Nếu thế giới của bạn tồn tại trong một một phần xa xôi của thiên hà, nơi mà những quy tắc ứng xử như vậy không được thiết lập, thì thế giới của bạn có thể bị chiếm đoạt bằng vũ lực. Nó có thể bị chiếm đoạt bởi những nhà thăm dò tài nguyên, bởi cướp biển, bởi các quốc gia lớn, bởi bất kỳ ai có thể tiếp cận nó và duy trì quyền kiểm soát và uy quyền.

Do đó việc bạn sống trong vùng "văn minh" của vũ trụ, trao cho bạn một mức độ bảo vệ nào đó. Trong khu vực này, nơi chúng tôi cũng sinh sống, đó là bất hợp pháp để một thế giới mới như thế giới của bạn bị xâm lược mà không có sự cho phép của chủng loài bản địa. Điều này có nghĩa là thế giới của bạn không thể trở thành một phần của một hiệp hội lớn hơn trừ khi nhân loại thể hiện rõ ràng rằng nó đồng ý với điều này và rằng nó hoan nghênh sự can thiệp.

Bởi vì Cộng Đồng Vĩ Đại, đặc biệt là khu vực bạn đang sinh sống trong, là một môi trường rất cạnh tranh và bởi vì có nhiều Tập Đoàn đang sinh sống ở đây, chúng có xu hướng kiểm soát lẫn nhau và nếu cần thiết sẽ khởi kiện nhau nếu các quy tắc ứng xử cơ bản bị vi phạm. Do đó, nếu một Tập Đoàn tìm cách chiếm lấy thế giới này bằng vũ lực, nó sẽ bị chống lại bởi các Tập Đoàn khác quan tâm đến thế giới này và bởi những đối thủ của họ ở nơi khác, những loài sẽ ngăn chặn những hành vi này.

Chúng tôi không mong đợi bạn hiểu được những chi tiết của một tình huống phức tạp như vậy, nhưng quan trọng để bạn biết rằng vũ trụ xung quanh bạn thì không trống rỗng và không có sự sống. Quan trọng để bạn biết rằng vũ trụ gần biên giới của bạn thì không nguyên thủy và không được kiểm soát. Điều này sẽ giúp bạn hiểu được cách các Tập Đoàn đang can thiệp vào thế giới bạn vận hành như thế nào và cách chúng có thể được chống lại. Điều này trao cho bạn những lợi thế nhất định, mà bạn phải học cách nhận ra và sử dụng cho lợi ích bản thân.

Có những phần khác của vũ trụ nơi các đế chế vĩ đại tồn tại, và họ đặt ra luật lệ của riêng mình, khi có ít đối thủ cạnh tranh bên trong khu vực của mình. Và có nhiều khu vực khác nơi nhiều quốc gia đã liên kết với nhau trong các hiệp hội, hoặc về kinh tế, chính trị hoặc quân sự, hoặc tất cả ba mặt, cho việc giao dịch và phòng thủ song phương của họ. Nhiều điều này là khá phổ biến trong những khu vực đông dân cư trong vũ trụ.

Khu vực bạn đang sống, mà bao phủ một khu vực rất rộng lớn, theo ước tính của bạn, chứa khoảng năm ngàn ngôi sao. Chúng tôi gọi đây là một khu vực vì đó là cách nó được phân định. Đây là một phần rất nhỏ của thiên hà, như bạn có thể tưởng tượng, nhưng khá lớn về mặt lợi ích và nhu cầu của bạn. Trong khu vực này, có những quy tắc ứng xử quan trọng. Có những đế chế nhỏ, một số mà bạn gọi là chế độ độc tài và một số mang tính chất dân chủ hơn. Có các Tập Đoàn, mà khá quyền lực nhưng giới hạn trong một số khu vực ảnh hưởng của chúng. Nhưng trong khu vực này, tất cả các vùng được kết nối bởi các tuyến đường giao dịch chính đều được điều khiển bởi các quy tắc và các hội đồng. Điều này nhằm cung cấp sự an toàn và an ninh và để đảm bảo rằng bạo lực không bùng phát và phát triển thành chiến tranh gây gắt. Tranh chấp xảy ra thường xuyên và được giải quyết thông qua đàm phán hoặc thông qua các thủ tục pháp lý.

Tuy nhiên, các cơ quan quản lý này chủ yếu chỉ giám sát các tuyến đường giao dịch. Và chúng được hỗ trợ bởi các tổ chức của các quốc gia thành viên cho lợi ích và an ninh chung của chúng. Một số tổ chức này mạnh hơn các tổ chức khác. Tuy nhiên ở nơi mà bạn có các thế lực cạnh tranh lớn, thì quy tắc ứng xử được nhìn nhận khá nghiêm túc và được thực thi khá nghiêm túc.

Trong khu vực mà thế giới của bạn tồn tại, các Tập Đoàn không được phép có quân đội hoặc lực lượng quân sự. Tuy nhiên, họ được phép có lực lượng an ninh cho sự phòng thủ của riêng họ. Chủ yếu là các tổ chức kinh tế, họ tìm cách bảo vệ lợi ích của mình và các tuyến đường giao dịch của mình với các lực lượng của riêng mình. Nhưng họ không có quân đội lớn như bạn có thể tưởng tượng. Họ có thể thuê các lực lượng an ninh khi du hành trong những khu vực được coi là không an toàn cho giao dịch hoặc bất ổn về chính trị giữa các quốc gia địa phương. Nhưng về cơ bản, các Tập Đoàn, mà chúng tôi muốn dành chút thời gian để mô tả bây giờ, không phải là các thế lực quân sự. Họ là những thế lực kinh tế. Trọng tâm của họ là về giao dịch, đạt được tài nguyên và xây dựng liên minh của họ giữa các thế giới chẳng hạn như thế giới của bạn.

Có nhiều Tập Đoàn đang vận hành trong khu vực mà thế giới của bạn tồn tại. Một số Tập Đoàn tập trung bên trong khu vực này. Một số có trung tâm ở nơi khác và có các căn cứ vệ tinh lớn ở đây. Một thực tế thú vị về cuộc sống đó là bất cứ nơi nào các Tập Đoàn tồn tại và cạnh tranh với nhau, thì các quốc gia khác đã thiết lập hệ thống phòng thủ của riêng họ chống lại các Tập Đoàn để các Tập Đoàn không thể can thiệp vào giao dịch, thương mại và vấn đề nội bộ của các thế giới này. Bởi vì chúng tôi đang nói về nhiều quốc gia trong một khu vực, mà nhiều trong số đó có căn cứ quân sự riêng, các Tập Đoàn do đó phải tuân thủ các quy tắc ứng xử nhất định nếu không sẽ phải đối mặt với những hậu quả rất nghiêm trọng. Không có vũ khí đáng kể của riêng mình, các Tập Đoàn phải sử dụng đàm phán, ngoại giao và ảnh hưởng như phương tiện chính để đạt được mục tiêu.

Do đó, những loài bạn đang chạm trán trong vũ trụ tại thời điểm này đại diện cho các tổ chức rất có tổ chức, rất có cấp bậc với chức năng để giành lấy và phát triển tài nguyên. Các Tập Đoàn, nói chung, được cấu thành từ một loạt các chủng loài vận hành ở các cấp độ quyền hạn và chỉ huy khác nhau. Những loài thật sự kiểm soát các Tập Đoàn đang vận hành trong thế giới của bạn thì có lẽ chưa được chạm trán bởi bất kỳ ai trong thế giới này. Bạn chỉ đã nhận ra các tầng lớp công nhân được lai tạo để phục vụ trong các chức năng cụ thể. Mặc dù họ là thực thể sinh học, mã sinh học của họ, sự đào tạo của họ, sự nuôi dạy của họ và trọng tâm gene của họ đã trao cho họ rất ít tính cá nhân và khả năng lý luận và nhận biết cá nhân. Họ vận hành rất giống như một tư duy tập thể. Họ bị kiểm soát một cách chặt chẽ. Họ có ít hoặc không có quyền tự do cá nhân. Các khu vực vận hành của họ là rất cụ thể và được thực hiện với hiệu quả đầy ấn tượng.

Tuy nhiên các Tập Đoàn về bản chất thì yếu bởi vì chúng không được xây dựng dựa trên điều mà chúng tôi gọi là "Tri Thức." Do đó, chúng không có sức mạnh của nhận biết sáng suốt. Chúng không sáng tạo trong cách thức của chúng. Chúng có xu hướng bắt chước lẫn nhau. Chúng dựa vào cấu trúc của chúng, quy tắc ứng xử của chúng và khả năng của chúng để thao túng suy nghĩ và cảm xúc của không chỉ các thành viên của mình mà còn của những chủng loài mà chúng tìm cách ảnh hưởng. Trong khi các Tập Đoàn là rất quyền lực trong một số khía cạnh, chúng có những điểm yếu cố hữu.

Xuyên suốt lịch sử, các Tập Đoàn đã gặp khó khăn lớn trong việc duy trì sự kiểm soát và uy quyền trên cộng đồng cư dân của chúng bởi vì chúng bao gồm nhiều nhóm chủng loài khác nhau. Các tầng lớp công nhân được lai tạo để phục vụ, nhưng ngay cả họ cũng có những phẩm chất mà các tầng lớp thống trị của các Tập Đoàn thấy khó để quản lý. Các cuộc nổi dậy đã xảy ra, và kết quả là các Tập Đoàn đã chịu tổn thất lớn lao. Các Tập Đoàn chắc chắn là không hoàn hảo, nhưng về cơ bản hơn, chúng không được điều khiển bởi Tri Thức, hoặc quyền lực của Thánh Thần. Điều này có nghĩa là hệ thống phòng thủ của chúng có thể bị xuyên thủng, bí mật của chúng có thể được phanh phui, các hoạt động của chúng có thể được tiết lộ và những lừa dối của chúng có thể được hiểu bởi những người mạnh với Tri Thức và tự do để nhìn, biết và hành động.

Các quốc gia khác trong các khu vực như của bạn đối phó với các Tập Đoàn một cách rất, rất cẩn thận và không cho phép chúng xâm nhập dưới bất cứ hình thức nào vào các vấn đề nội bộ của thế giới của họ. Đôi khi các Tập Đoàn được xem như sự xấu xa cần thiết để cung cấp các nguồn lực thiết yếu được cần bởi các thế giới này. Các Tập Đoàn có kỹ năng lớn lao trong các lĩnh vực mà chúng mạnh. Và các quốc gia mà đã có thể tương tác thành công với chúng phải duy trì một khoảng cách đáng kể và cực kỳ kín đáo.

Chắc chắn là những can thiệp chẳng hạn như sự can thiệp đang xảy ra trong thế giới của bạn, sẽ không được cho phép bởi bất kỳ chủng loài nào mà hiểu được mối quan tâm thật sự của nó và những thực tế của cuộc sống trong vũ trụ. Việc Sự Can Thiệp đang diễn ra suôn sẻ trong thế giới của bạn chứng tỏ rằng nhân loại không có nhận thức này và không có sự thống nhất hoặc liên kết xã hội để chống lại và để bù đắp lại những sự can thiệp không được cho phép và không được mong muốn như thế này.

Chúng tôi đã được bảo rằng có những tổ chức kinh tế to lớn có mối quan tâm khắp toàn cầu của bạn và tuyển dụng các quốc gia khác nhau và các nhóm khác nhau để phục vụ cho các tổ chức này. Có lẽ điều này có thể phục vụ như một ví dụ. Nhưng các Tập Đoàn thì lớn hơn nhiều. Chúng có thể bao gồm hàng trăm thế giới và căn cứ hành tinh và tồn tại khắp phạm vi rộng lớn trong không gian. Chúng có quyền kiểm soát đáng kể và luôn quan tâm đến việc đạt được các đồng minh mới và các thành viên mới.

Các Tập Đoàn chỉ là một dạng cấu trúc xã hội trong vũ trụ. Các Tập Đoàn thì khác nhau. Một số là hoàn toàn về kinh tế và thế tục trong tổ chức, trọng tâm, lý thuyết và triết học của chúng. Một số khác có thành phần tôn giáo. Tuy nhiên, việc có thành phần tôn giáo không có nghĩa là chúng có bản chất tín ngưỡng. Nó chỉ đơn giản có nghĩa là một phần triết học của chúng bao gồm tâm linh, ở bất kỳ mức độ nào mà nhận thức tâm linh tồn tại trong các thành viên của chúng, và định hướng nhận thức hoặc mối quan tâm tâm linh, đặc biệt là giữa các tầng lớp thống trị của nó. Tuy nhiên chúng tôi đã thấy với rất ít ngoại lệ rằng các Tập Đoàn xem sự tồn tại của chính chúng và cấu trúc của chính chúng là trọng tâm duy nhất cho sự tận tâm của chúng. Sự tận tâm của chúng gần như là sùng đạo về bản chất, mặc dù những tổ chức của chúng hiếm khi như vậy. Nếu chúng mạnh mẽ với Tri Thức, chúng sẽ không phải là Tập Đoàn.

Về cơ bản, Tập Đoàn khác với đế chế ở chỗ nó không có hành tinh gốc. Nó là một nhóm các hành tinh không giống nhau mà đã liên kết với nhau, thường là thông qua sự chinh phục và thuyết phục, và đã trở thành một thế lực kinh tế đáng gờm. Trong khi một đế chế thường tập trung vào một thế giới hoặc một khu vực bởi một chủng loài, thì các Tập Đoàn được tạo thành từ nhiều chủng loài khác nhau. Chúng tôi đã chưa bao giờ có thể thâm nhập vào hệ thống phân cấp của Tập Đoàn, và do đó chúng tôi không thể nói về thành phần lãnh đạo của nó về mặt lý lịch chủng tộc của nó. Nhưng chúng tôi biết rằng chúng là đa dạng, và chúng quản lý sự đa dạng của mình với một quy tắc đạo đức nghiêm ngặt và sự kiểm soát thứ bậc mà bạn sẽ thấy là hoàn toàn đàn áp. Chắc chắn là, chúng tôi không thể sống trong một xã hội như vậy mặc dù trong trường hợp của chúng tôi, chúng tôi đã tiến rất gần đến việc phải làm như vậy.

Nền dân chủ thật sự, như bạn gọi như vậy, tồn tại trong vũ trụ, ngay cả trong những biểu hiện tuyệt vời, nhưng nó hiếm hơn nhiều so với bạn nghĩ. Và chắc chắn là bất kỳ nền dân chủ thật sự nào cũng phải trở nên rất mạnh mẽ trong những tương tác của nó với Cộng Đồng Vĩ Đại, rất cẩn thận để tránh, nếu có thể, tương tác với các Tập Đoàn và các dạng đế chế hung hãn khác.

Không có một đế chế nào trong vũ trụ là ưu thế. Có quá nhiều sự đa dạng và sự sống. Có quá nhiều cạnh tranh. Và đã có những tranh chấp lâu đời giữa các quốc gia nào đó. Công nghệ tiên tiến thì phổ biến giữa nhiều xã hội, vì vậy những lợi thế được tìm kiếm không phải là công nghệ về bản chất. Mặc dù một số quốc gia thì giàu có hơn những quốc gia khác, khả năng phòng thủ đã trở nên đáng gờm trong vũ trụ chống lại sự xâm nhập bạo lực. Ở đây một lần nữa, các Tập Đoàn có một số dạng lợi thế ở chỗ chúng không sử dụng vũ lực. Chúng không dựa vào sự hiện diện quân sự để đạt được mục tiêu của mình.

Tất cả các thế giới bản địa của chúng tôi đều tồn tại trong khu vực của thế giới bạn hoặc gần đó. Chúng tôi đều đã phải đối phó với các Tập Đoàn. Chúng tôi đều đã phải đối phó với những nhà thăm dò tài nguyên từ các quốc gia khác. Chúng tôi đều đã phải học cách bảo vệ và đảm bảo quyền tự do của mình và trở nên tự cung tự cấp nhất có thể, trong nhiều trường hợp dựa vào nhau cho các tài nguyên thiết yếu cho sự tồn tại và phúc lợi của chúng tôi.

Một thế giới càng có thể trở nên tự cung tự cấp và càng duy trì được khả năng tự cung tự cấp này, thì nó tự nhiên sẽ càng mạnh mẽ hơn, độc lập hơn trong vũ trụ. Thông thường các quốc gia trở nên phụ thuộc vào Tập Đoàn vì họ đã cạn kiệt các nguồn lực cơ bản của mình và bây giờ họ phải dựa vào giao dịch và thương mại cho chính những thứ căn bản mà họ cần để sống. Điều này, tất nhiên, khiến họ cực kỳ dễ bị chiếm đoạt và trong nhiều trường hợp, chính họ trở thành một phần của các Tập Đoàn hoặc cực kỳ phụ thuộc vào chúng.

Với sự suy thoái của môi trường tự nhiên của bạn và sự cạn kiệt nhanh chóng của các nguồn tài nguyên thiết yếu của bạn, bạn đang tiến vào một vị trí cực kỳ dễ bị ảnh hưởng và bất lực trong vũ trụ. Điều này phải trở thành một phần trong sự hiểu biết của bạn. Có rất ít hoặc không nhận thức nào về thực tế của cuộc sống, thương mại và sự thao túng trong vũ trụ giữa người dân của bạn, thậm chí giữa các chính phủ và nhà lãnh đạo của bạn. Chúng tôi đã học được nhiều điều từ sự truyền tải của bạn, và chúng tôi đã học được nhiều điều từ những Đấng Vô Hình. Thế giới của bạn, trong nhiều khía cạnh, có những vấn đề phổ biến đối với sự sống đang trỗi lên và đang phát triển khắp vũ trụ.

Vì vậy, bạn có lợi ích cố hữu trong việc giữ gìn và duy trì các nguồn tài nguyên cơ bản của thế giới mình và trong việc tái tạo thành công các tài nguyên này. Nếu không, các Tập Đoàn sẽ có lợi thế lớn lao trong những dụ dỗ của họ. Nếu không, ngay cả khi bạn chống cự lại các Tập Đoàn, cuối cùng bạn sẽ cần những gì họ có để cung cấp—nguyên liệu thô, năng lượng, sản xuất thực phẩm, công nghệ tiên tiến. Tất cả những thứ này tạo ra trạng thái phụ thuộc, hoặc vào một Tập Đoàn hoặc vào nhiều dạng nhà nước, quốc gia và tổ chức khác có liên quan trực tiếp trong giao dịch và thương mại. Rõ ràng rằng thế giới của bạn sẽ gặp bất lợi lớn lao nếu nó không thể mặc cả thành công cho những thứ mà nó cần. Cuối cùng, bạn sẽ phải chấp nhận bất cứ điều khoản nào được đưa ra cho bạn. Kết quả của việc này do đó trở nên hiển nhiên. Bạn bị kết hợp vào trong cơ sở hạ tầng của các thế giới khác, cho dù đó là một Tập Đoàn, một đế chế hay một hiệp hội hung hãn các thế giới, mà tất cả chúng đang luôn tìm kiếm lãnh thổ mới và tài nguyên mới.

Những Đấng Vô Hình đã nói cho chúng tôi rằng đáp hồi tập thảo luận đầu tiên của chúng tôi, nhiều người cảm thấy bất lực và tuyệt vọng khi đối mặt với tất cả những điều này. Chúng tôi hiểu điều này. Bản thân chúng tôi đã đối mặt với những ngưỡng cửa như vậy, với những hậu quả rất nghiêm trọng bởi vì chúng tôi đã không chuẩn bị kịp thời. Tuy nhiên, như chúng tôi đã nói, và phải tiếp tục nhấn mạnh, nhân loại có quyền lực và kỹ năng để ngăn chặn Sự Can Thiệp và để ngăn chặn những can thiệp kiểu này trong tương lai. Bạn có Tri Thức vốn có đang sống bên trong bạn. Đây là ý chúng tôi khi nói về tâm linh. Bạn có đủ quyền lực cá nhân và đủ công nghệ để ngăn chặn dạng can thiệp đang xảy ra trong thế giới của bạn vào lúc này. Bạn có thể đẩy ra Sự Can Thiệp nếu bạn có ý chí để làm việc đó. Nhưng bạn phải được giáo dục về Cộng Đồng Vĩ Đại, và bạn phải rất rõ ràng và tỉnh táo về những gì bạn đang đối phó vào lúc này. Đó là lý do tại sao lời khuyên của chúng tôi là rất quan trọng, nếu bạn có thể nhận lãnh nó.

Một phần của sự dụ dỗ của Sự Can Thiệp là để làm nản lòng những người biết về bản chất thật sự của nó. Nói cách khác, đối với những cá nhân nhận thức về Sự Can Thiệp, trọng tâm của những vị khách khi đó sẽ là để làm mất tinh thần và làm họ nản lòng, để khiến họ cảm thấy yếu đuối, bất lực và không có sức mạnh khi đối mặt với nó, để khiến họ nghĩ rằng họ đang bị viếng thăm bởi những thế lực khổng lồ với sức mạnh vô hạn, và rằng họ hoàn toàn không có khả năng chống lại sự thuyết phục của các vị khách hoặc chống lại sự hiện diện của các vị khách trong thế giới.

Đây chỉ là một phần của sự thao túng đang được thực hiện. Đối với những người có vẻ hợp tác và dễ đón nhận, những lợi ích tuyệt vời của việc cộng tác với những vị khách sẽ được nhấn mạnh. Đối với những người nghi ngờ về những điều này hoặc không thể được thuyết phục, thì sự chán nản và mất tinh thần sẽ là ảnh hưởng chính.

Vì vậy, ở đây cần thiết để bạn hiểu rằng cảm giác yếu đuối và bất lực của chính bạn không đơn thuần là sản phẩm của sự thiếu tự tin của bạn mà thật sự là một phần của sự thao túng đang được phủ trong môi trường tinh thần của bạn. Chúng tôi hiểu rằng các chính quyền của thế giới bạn khuyến khích người dân họ cảm thấy yếu đuối và phụ thuộc vào cấu trúc và uy quyền của chính phủ của mình. Nhưng chúng tôi đang nói về một kiểu ảnh hưởng lớn hơn và lan tỏa hơn ở đây.

Nhân loại sẽ khuất phục hoặc bởi vì nó bị thuyết phục làm như vậy hoặc bởi vì nó bị can ngăn khỏi việc chống cự. Đây là hai hình thức thao túng với một mục tiêu chung. Vì vậy, bạn không được mất niềm tin. Bạn phải học về cuộc sống trong Cộng Đồng Vĩ Đại.

Bạn có điểm mạnh và bạn có điểm yếu. Các Tập Đoàn có điểm mạnh và chúng có điểm yếu. Vị trí của bạn trong vũ trụ có lợi thế và điểm bất lợi. Bạn cũng có những đồng minh muốn thấy tự do của con người được bảo vệ và muốn thấy nhân loại trỗi vào Cộng Đồng Vĩ Đại như một thế giới tự do, thống nhất và được bảo vệ. Chúng tôi ủng hộ điều này khắp nơi, bởi vì đây là khuynh hướng tâm linh thật sự. Trong vũ trụ nơi bạn sống, có những thế lực đáng gờm chống lại điều này. Tuy nhiên có những thế lực quyền lực đang giữ cho tự do tồn tại và khuyến khích nó và nuôi dưỡng nó ở bất cứ nơi nào điều đó có thể được thực hiện.

Do đó, hãy hiểu rằng nếu bạn cảm thấy yếu đuối và bất lực và choáng ngợp, một phần của cảm giác này đến từ chính Sự Can Thiệp. Ở đây bạn phải đạt được lòng tin lớn lao vào sự tốt đẹp vốn có của nhân loại và nhận ra giá trị thật sự của tự do của bạn. Bạn chưa bao giờ bị thử thách như thế này trước đây. Tự do của bạn chưa bao giờ bị thách thức như một chủng loài, như một con người, như một thế giới như thế này trước đây. Tuy nhiên mỗi người trên thế giới đều có thể ít nhất xem trọng cơ hội được tự do và bất kỳ tự do nào mà họ có thể có vào lúc này. Tất cả đều đối mặt với rủi ro ngay lúc này.

Đây là nơi bạn tìm thấy sự thống nhất chung của mình, và đây là nơi bạn hàn gắn những mâu thuẫn của mình và những thù hận lâu đời của mình với nhau. Ở đây bạn đặt xuống mâu thuẫn của mình bởi vì bây giờ chúng không còn quan trọng. Điều quan trọng là sự bảo tồn tự do con người và sự ưu việt của bạn trong thế giới của riêng bạn. Điều quan trọng bây giờ là sự bảo tồn tài nguyên của thế giới bạn cho sự tồn tại và an ninh của chính bạn trong tương lai. Điều quan trọng bây giờ là rằng bạn nhận ra Sự Can Thiệp và thực hiện những bước cần thiết để ngăn cản nó và để chấm dứt nó. Điều này phải xảy ra ở mọi cấp độ xã hội của bạn—ở cấp độ chính quyền, ở cấp độ tôn giáo, và ở cấp độ ý chí của người dân.

Có những thế lực thánh linh vĩ đại trong thế giới mà chúng tôi biết đang ủng hộ điều này và khuyến khích nó. Tuy nhiên ảnh hưởng của họ và tiếng nói của họ có thể bị lu mờ bởi ảnh hưởng của Sự Can Thiệp và bởi sự thiếu hiểu biết của chính con người. Trong các thế giới của chúng tôi, các sứ giả đã được cử đến để khuyên chúng tôi về mối nguy hiểm sắp xảy ra mà chúng tôi đã đối mặt từ sự xâm nhập của các thế lực ngoại bang vào trong thế giới chúng tôi. Chúng tôi đã bị dụ dỗ giống như bạn đang bị dụ dỗ lúc này để tham gia trong lợi ích song phương về giao dịch và thương mại. Và những người trong số chúng tôi mà đã hoài nghi và đã chống lại sự thuyết phục như vậy đã bị tách biệt khỏi xã hội chúng tôi và đã bị khuyên can và làm nản lòng và làm mất tinh thần đến mức chúng tôi đã không thể có tiếng nói quản trị, đến mức chúng tôi đã không thể đại diện cho ý muốn của người dân.

Nếu người dân của bạn chỉ muốn những món rẻ tiền từ vũ trụ, những món đồ chơi công nghệ mới để chơi, và bạn sẽ cho đi sự tự do của mình và chủ quyền của mình cho thứ này, thì chắc chắn là lời nói của chúng tôi sẽ không đủ. Nhưng giáo dục phải bắt đầu từ đâu đó. Và nó phải tiếp cận những người nhạy cảm với Cộng Đồng Vĩ Đại. Nó phải tiếp cận những người coi trọng quyền tự do của con người và không coi đó là điều hiển nhiên. Nó phải tiếp cận những người đã bị ảnh hưởng rồi bởi Sự Can Thiệp, trực tiếp hoặc gián tiếp. Nó phải bắt đầu từ đâu đó. Bạn cần biết rằng bạn có đồng minh trong Cộng Đồng Vĩ Đại, nhưng bạn cũng cần biết rằng đó sẽ là sức mạnh của con người và sự hợp tác của con người mà sẽ đảo ngược tình huống sang có lợi cho bạn. Chúng tôi không thể can thiệp ngoài việc trao cho bạn lời cố vấn của chúng tôi.

Bạn phải hiểu không với sự mâu thuẫn và lẫn lộn về bản chất và mục đích thật sự của Sự Can Thiệp trong thế giới ngày hôm nay. Vào lúc này, các đồng minh thật sự của bạn không hiện diện trong thế giới. Họ không đang bước trên thế giới của bạn. Họ không đang ở trong thế giới của bạn. Họ không đang ảnh hưởng lên các chính quyền của bạn và những người trong vị thế quyền lực. Họ không đang liên lạc với những người nhạy cảm của bạn và những nhà ngoại cảm của bạn. Họ không đang cố gắng thuyết phục quan điểm của những người sùng đạo.

Chúng tôi nói thay cho những đồng minh thật sự của bạn. Lời cố vấn của chúng tôi là để trao cho bạn quan điểm, sự hiểu biết và sự tỉnh táo và để giúp bạn ngăn chặn những ảnh hưởng đang được phủ lên bạn và đã được phủ lên bạn lúc này trong nhiều thập kỷ. Bạn có sức mạnh để chống cự lại. Bạn có sức mạnh để thống nhất. Bạn có sức mạnh để đuổi ảnh hưởng này ra.

Các Tập Đoàn không tin rằng bạn sẽ chống cự lại, và vì vậy họ ít cẩn thận hơn so với họ có lẽ nên làm trong việc ảnh hưởng bạn. Họ nghĩ rằng dự án này sẽ tốn thời gian nhưng dễ dàng, và rằng mục tiêu cuối cùng sẽ được hoàn thành mà không gặp khó khăn lớn. Do đó chúng tôi phải nói với những người sẵn sàng và có khả năng đáp lại. Không có vấn đề hay khó khăn nào khác trong cuộc sống bạn mà quan trọng như điều này. Bất cứ thứ gì bạn thiết lập cho bản thân hoặc cho quốc gia mình, cho nhóm của mình, cho nền văn hóa của mình hoặc truyền thống tín ngưỡng của mình sẽ bị mất khi đối mặt với Sự Can Thiệp. Bạn không muốn trở thành một phần của Tập Đoàn. Bạn phải tin chúng tôi về mặt này và xem xét lời nói của chúng tôi một cách nghiêm túc. Không có tự do nào ở trong Tập Đoàn. Bạn sẽ trở thành không gì khác ngoài người hầu bị ràng buộc với những chủ nhân mới của bạn. Và mặc dù những người trong số bạn mà đại diện cho những chủ nhân của bạn sẽ có những đặc quyền nhất định, nhưng tất cả các bạn sẽ là nô lệ. Và rồi thì sức mạnh để chống cự lại, mặc dù nó vẫn có thể được tập hợp, sẽ có cái giá và hậu quả lớn hơn nhiều.

Đối với những quyền lực cai quản đang quan sát các Tập Đoàn mà đang can thiệp vào thế giới của bạn, nó phải có vẻ như nhân loại hoan nghênh sự hiện diện của các Tập Đoàn. Nhìn từ bên ngoài nó phải có vẻ như nhân loại ủng hộ Sự Can Thiệp này. Đó là lý do tại sao có nỗ lực lớn lao như vậy để có được những người đại diện cho Sự Can Thiệp và có những cá nhân ở vị trí quyền lực và lãnh đạo ủng hộ cho sự hiện diện của những vị khách và xác nhận lời hứa của những vị khách cho sự giàu có, quyền lực, tự do và hòa bình lớn lao. Bạn có hiểu được những gì chúng tôi đang nói với bạn không? Đây là sự lừa dối, cả bên trong và bên ngoài thế giới của bạn.

Cho đến khi có một tiếng nói mạnh mẽ chống lại Sự Can Thiệp mà được biết đến và công khai, đối với những người quan sát bên ngoài, nó sẽ có vẻ như Sự Can Thiệp đang được hoan nghênh bởi nhân loại và đang được ủng hộ bởi nhân loại. Hiện tại, Sự Can Thiệp đã có nhiều phát ngôn viên và người đại diện, nhưng ít tiếng nói chỉ trích. Ngay cả lời chỉ trích mạnh mẽ của bạn cũng tạo ra vấn đề cho Sự Can Thiệp. Ngay cả khi người ta lên tiếng và nói, "Không, điều này là sai! Chúng tôi đang bị viếng thăm trái với ý muốn của chúng tôi! Chúng tôi đang bị thuyết phục và thao túng trái với ý muốn của chúng tôi! Điều này không được xảy ra! Chúng tôi không hoan nghênh điều này! Và chúng tôi yêu cầu những vị khách rời đi!" Cho đến khi những tiếng nói này được lắng nghe, đối với các cơ quan quản lý và đối với những loài cạnh tranh với các Tập Đoàn này, nó sẽ có vẻ rằng các Tập Đoàn đang ở đây với sự đồng ý của con người. Ngay cả việc khơi dậy sự phản đối cộng đồng cũng sẽ có ích lớn lao ở đây cho bạn.

Không phải rằng bạn phải đuổi những vị khách về mặt thể xác. Thay vào đó, bạn phải thể hiện sự không hài lòng của mình về sự hiện diện của họ và về các hoạt động của họ. Bạn phải thể hiện sự tỉnh táo về những lời dụ dỗ của họ và những lừa dối của họ. Và bạn phải lên tiếng chống lại nỗ lực của họ để lai giống với nhân loại, để tạo ra giới lãnh đạo mới ở đây. Và bạn phải lên tiếng chống lại việc bắt cóc con người trái với ý muốn của họ. Bởi vì những việc này đang được thực hiện trong bí mật. Ngay cả các chính quyền bên ngoài cũng không biết điều này đang xảy ra.

Chúng tôi phải tiếp tục nhấn mạnh những điều này để bạn có thể nhìn thấy và hiểu một cách rõ ràng. Hãy lên tiếng phản đối Sự Can Thiệp, và Sự Can Thiệp được đặt trong rủi ro. Hãy chống cự lại Sự Can Thiệp và Sự Can Thiệp phải chấm dứt và các Tập Đoàn phải tìm cách khác để đạt được sự chú ý của bạn và lòng trung thành của bạn.

Như chúng tôi đã nói trong các bài thảo luận trước đây của mình, không ai được đặt chân lên lãnh thổ của bạn mà không có việc bày tỏ sự đồng ý của bạn. Và đồng minh của bạn sẽ không đến đây nếu không có việc bày tỏ sự đồng ý này mặc dù trước đó đồng minh của bạn đã cố gắng tiếp cận một số cá nhân nào đó trong thế giới, khi đối mặt với Sự Can Thiệp. Tuy nhiên nói chung, không có đồng minh chân thật nào của nhân loại sẽ can thiệp vào các vấn đề của con người.

Đừng nghĩ rằng bạn có thể thuyết phục những công nhân trong các Tập Đoàn mà bạn rất có thể sẽ gặp trong các cuộc gặp mặt trực tiếp của bạn. Họ không có sự nhận biết hay ý chí để hiểu được quan điểm của bạn. Họ chỉ đang thực hiện nhiệm vụ của mình như họ đã được lai tạo để làm. Mặc dù họ là những thực thể sinh học và vẫn có tiềm năng về Linh Hồn, khả năng bạn có thể thuyết phục được họ là rất, rất hạn chế. Họ đang vận hành một cách vô thức. Họ không có nền tảng đạo đức mà bạn có. Tự do cá nhân không được biết đến bởi họ, và họ không xem trọng nó, khi đã được dạy rằng tự do cá nhân là đầy hỗn loạn, bất kham và phá hoại. Họ sẽ không chấp nhận những lời nài xin của bạn và những lời khuyên của bạn. Và ngay cả những loài quản lý và kiểm soát họ, mặc dù có quyền hạn lớn hơn, cũng sẽ không thể hiểu được lời than phiền của bạn hoặc những thuyết phục của bạn.

Đây không phải là cách mà Sự Can Thiệp sẽ được dừng lại. Nó sẽ không được dừng lại bởi việc bạn tạo ra bất đồng giữa các cấp bậc của nó. Sự Can Thiệ sẽ được dừng lại bởi vì bạn đã tạo ra tiếng nói chống lại nó và người dân bạn được thống nhất trong việc ngăn chặn nó xảy ra trong thế giới. Vào lúc này, đĩa bay ngoài hành tinh đến và đi tuỳ ý. Con người bị bắt tùy ý. Tài nguyên sinh học bị lấy tùy ý. Việc tiếp cận các cá nhân trong vị trí quyền lực được thực hiện tuỳ ý. Không có sự đồng thuận và phản kháng tập thể cần thiết để ngăn chặn những sự xâm phạm nào, những vi phạm các quyền cơ bản của bạn. Điều này phải thay đổi. Và nó phải bắt đầu với ai đó. Nó phải bắt đầu với bạn và với những người khác như bạn, những người có nhận thức và sự nhạy cảm lớn hơn. Nó phải bắt đầu với những người có thể đáp lại một thông điệp như của chúng tôi và những người có sự tin tưởng nội tâm để biết rằng chúng tôi đang nói sự thật.

BÀI TÓM TẮT THỨ NĂM

Họ Muốn Gì

Như chúng tôi đã nói, những loài đang can thiệp trong thế giới của bạn ngày hôm nay muốn giành quyền kiểm soát thế giới này vì những lý do hiển nhiên và vì những lý do không quá hiển nhiên. Họ xem thế giới này như là một giải thưởng lớn, giàu tài nguyên, được điều hành bởi một chủng loài mà họ tin rằng thật bất kham và không xứng đáng để trở thành người quản lý của một nơi kỳ diệu như vậy. Họ cũng xem trọng thế giới của bạn, như chúng tôi đã nói, vì tầm quan trọng chiến lược của nó và vì những kho lưu trữ tiềm ẩn tồn tại trong nhiều nơi của thế giới. Nhưng điều này không trả lời đầy đủ cho câu hỏi những vị khách thật sự muốn gì. Ở đây chúng ta phải mở cánh cửa khác vào trong mặt tối của Sự Can Thiệp và, khi làm như vậy, tiết lộ nhiều hơn cho bạn về bản chất của thương mại như nó tồn tại trong phần này của thiên hà.

Như chúng tôi đã nói, Sự Can Thiệp chủ yếu là một loạt các lực lượng thương mại, không phải các lực lượng quân sự. Họ nhìn thế giới của bạn về triển vọng của nó, về tài nguyên của nó, về tầm quan trọng chiến lược của nó và về những kho tàng ẩn giấu của nó. Nhưng điều bạn phải hiểu tại thời điểm này là rằng họ cũng xem trọng bạn.

Như chúng tôi đã nhấn mạnh xuyên suốt những bài tóm tắt của chúng tôi, họ cần sự trợ giúp của con người để thiết lập bản thân trong thế giới của bạn. Họ cần cơ sở hạ tầng của con người. Họ cần chính phủ và tôn giáo của con người. Họ cần sự trợ giúp của bạn để thiết lập hoạt động của mình ở đây một cách đầy đủ và vững chắc. Và họ sẽ cung cấp cho bạn với khả năng tốt nhất của họ thứ có vẻ giống như cuộc sống trước đây của bạn để duy trì trật tự và lòng trung thành của con người. Tuy nhiên, để đạt được và duy trì điều này, họ sẽ phải thiết lập một mạng lưới lừa dối rất sâu mà chúng tôi đã mô tả trước giờ.

Ở đây bạn phải hiểu rằng họ cũng coi bạn như một nguồn tài nguyên. Họ không coi bạn là bình đẳng với họ. Họ không xem trọng tôn giáo của bạn, nền văn hóa của bạn hay phong tục của bạn. Họ chủ yếu xem bạn như một trong những tài nguyên của thế giới. Như vậy, họ tìm cách lợi dụng bạn bằng mọi cách có thể mà họ cho là sinh lợi và có giá trị cho lợi ích của họ.

Đối với họ, bạn là một tài sản tiềm năng. Như một tài sản, bạn chỉ được xem trọng về những gì bạn có giá trị đối với họ, cách bạn có thể hỗ trợ họ và những gì bản thân bạn có thể có giá trị như một thực thể và một tài nguyên. Bạn phải ngừng để xem xét điều này thật sự có nghĩa gì. Nó có nghĩa là họ xem bạn như một tài nguyên sinh học, một phần của mạng lưới các tài nguyên tồn tại bên trong thế giới này. Trong điều này, họ xem bạn giống như cách bạn xem gia súc mà bạn sử dụng như tài nguyên. Chúng tôi hiểu rằng bạn sử dụng những thú vật này cho nhiều lý do. Và điều này là phổ biến trong Cộng Đồng Vĩ Đại trong những thế giới nơi những thú vật như vậy có thể được sử dụng như nguồn thực phẩm. Chúng tôi hiểu rằng bạn sử dụng thú vật của mình theo nhiều cách khác nhau, để cung cấp nhiều loại lợi ích và chất khác nhau và vân vân. Bạn trông như thế đối với những loài đang viếng thăm thế giới bạn, đối với Sự Can Thiệp. Họ không xem bạn là bình đẳng với họ. Họ xem bạn là tài nguyên của họ.

Bạn có thể không hiểu rằng mỗi năm có hàng nghìn người bị bắt và không được trả lại thế giới. Những người này không chỉ đơn giản bị uốn nắn. Họ bị giam giữ. Một số người chết trong giam cầm. Một số người không sống sót qua quá trình bắt giữ của họ. Một số bị ốm và chết. Những người không thể sống sót và vẫn được coi là hữu ích cho Sự Can Thiệp được sử dụng như nguồn tài nguyên sinh học. Điều đó có nghĩa là máu của họ, các bộ phận cơ thể của họ, mọi thứ được sử dụng dựa theo giá trị của nó trong Cộng Đồng Vĩ Đại. Trong Cộng Đồng Vĩ Đại, các nguồn tài nguyên sinh học như máu, huyết tương, ADN, tủy xương, da và các bộ phận cơ thể có thể được sử dụng cho các chất hóa học của chúng. Từ những thứ này, thuốc được tạo ra. Từ những thứ này, các hình thức sự sống mới được tạo ra. Những chất này là hàng hóa có giá trị trong một số vùng của Cộng Đồng Vĩ Đại.

Nếu những người bị bắt và không được trả lại sống sót, thì họ sẽ bị sử dụng cho những mục đích khác. Nếu Sự Can Thiệp giành được quyền kiểm soát hoàn toàn thế giới của bạn, thì nhiều người bị coi là không được ưa thích, hoặc những người không hợp với mô hình xã hội được thiết lập thông qua Sự Can Thiệp, sẽ bị sử dụng như tài nguyên sinh học theo cách này.

Có lẽ điều này gây sốc, nhưng bạn có thể hiểu được điều này, bởi vì đây là cách bạn đối xử với động vật của mình như tài nguyên sinh học—được sử dụng làm thực phẩm, làm quần áo, làm thuốc men, làm nhiên liệu. Trong Cộng Đồng Vĩ Đại, tài nguyên sinh học là rất có giá trị vì chúng có thể được sử dụng và thay đổi cho nhiều mục đích khác nhau như chúng tôi đã đề cập—cho mục đích y học, cho mục đích hỗ trợ sự sống và cho việc nhân giống và tạo ra các loài mới.

Đây là lý do tại sao nhiều thú vật của bạn bị lấy đi. Chúng không chỉ bị lấy để cung cấp các sản phẩm máu cho chương trình lai giống. Chúng bị lấy vì bản thân các sản phẩm máu này có giá trị cao và có thể được mua bán rất thành công.

Trong các xã hội công nghệ như các Tập Đoàn, tài nguyên sinh học là cực kỳ có giá trị và khó tìm thấy trong Cộng Đồng Vĩ Đại. Như chúng tôi đã nói nhiều lần, thế giới của bạn được xem như một kho sinh học. Vì vậy trong khi các vị khách muốn các tài nguyên khoáng sản của thế giới của bạn, họ cũng muốn những thứ cơ bản hơn cho nhu cầu của sự sống. Họ cần nước. Họ cần oxy. Họ cần máu. Họ cần các yếu tố đề kháng trong máu. Họ cần huyết tương. Họ cần các yếu tố sinh học mà cấu thành sự sống và cơ bản cho sự sống khắp mọi nơi.

Điều này có nghĩa là họ cần bạn như một nguồn tài nguyên sinh học. Đó là một chuyện để xem xét rằng thế giới của bạn sẽ bị sử dụng để phục vụ các thế lực khác. Nhưng ý tưởng rằng bạn sẽ bị sử dụng để phục vụ các thế lực khác là một chuyện hoàn toàn khác và tượng trưng cho việc vi phạm nhiều hơn các quyền cơ bản của bạn.

Tất nhiên, điều này hoàn toàn bị che giấu khỏi mục tiêu công khai của họ. Những người mà họ thuyết phục để trở thành tín đồ của họ và người đại diện của họ sẽ không bao giờ được nói cho biết những điều này. Một phần của Chương Trình Bình Định của họ là để đảm bảo với bạn rằng họ đang ở đây cho lợi ích của bạn và cho sự cứu rỗi của bạn và cho sự bảo tồn thế giới. Nhưng như chúng tôi đã luôn nói, đó là việc bảo tồn thế giới cho nhu cầu của họ. Thực vật, động vật, bầu không khí hít thở được và nước đều là các tài nguyên để được sử dụng và có giá trị, cũng như sự giàu có về khoáng sản tồn tại trong thế giới này. Nhưng phần còn thiếu trong tất cả những điều này chính là vai trò của bạn như một nguồn tài nguyên sinh học. Đây là cách mà Sự Can Thiệp xem bạn—như một nguồn tài nguyên. Tất nhiên, điều này sẽ không bao giờ được tiết lộ cho những người đang bị bình định hoặc cho những người thậm chí ngày hôm nay có thể đứng với tư cách là người đại diện và người biện hộ cho Sự Can Thiệp. Nhưng điều này là rất đúng.

Bạn có thể tự hỏi, tất cả những người đã biến mất và không quay trở lại đã đi đâu? Bạn có thể hỏi điều này. Có phải tất cả họ đều đã bỏ nhà đi? Một số thật sự là nạn nhân của bạo lực con người. Một số thật sự đã bỏ nhà đi. Nhưng chúng tôi đang nói về nhiều người trên toàn thế giới mà đã biến mất, không dấu vết, không manh mối. Chúng tôi biết điều này từ việc nghiên cứu sự truyền tin của các chính phủ của bạn. Chúng tôi biết điều này từ những gì Những Đấng Vô Hình đã nói cho chúng tôi. Và chúng tôi biết điều này bởi vì điều này là rõ ràng trong cuộc xâm nhập của các Tập Đoàn trong các thế giới khác. Bằng cách nào đó, một cách bí ẩn, các cá nhân bắt đầu biến mất vào những giai đoạn đầu của những Sự Can Thiệp này. Và những người nhận ra rằng những vụ mất tích này đang xảy ra sẽ nghĩ đó là do những hoàn cảnh bình thường nhưng không may trong nền văn hóa của chính họ. Điều đó sẽ được giải thích theo những cách này.

Ở đây bạn phải nghĩ đến phúc lợi của bạn và phúc lợi của gia đình bạn, con cái bạn, bạn bè bạn và những người quen của bạn, chắc chắn rồi. Và ngoài ra, bạn phải xem xét về phúc lợi của toàn thế giới bạn và an ninh của sự sống con người. Như là tài nguyên, bạn sẽ bị sử dụng, và khi bạn hết hữu dụng, bạn sẽ bị loại bỏ. Đây là cách mà tài nguyên được sử dụng. Một số được bảo quản. Một số bị sử dụng hết. Giống như cách bạn sử dụng tài nguyên trong cuộc sống hàng ngày của mình.

Những gì bạn nghĩ như là linh hồn con người, tinh thần của nhân loại, thì không được xem trọng bởi Sự Can Thiệp. Sự vi phạm này là quá trọn vẹn và triệt để, và nó đang xảy ra rồi trong tất cả các biểu hiện của nó. Hãy nghiên cứu vấn đề này và tự suy nghĩ cho bản thân. Và bạn sẽ có thể nhìn cho bản thân. Chúng tôi đang trao cho bạn cái nhìn từ ngoài vào trong. Điều này trao cho bạn cái nhìn khách quan về hoàn cảnh của thế giới bạn và các thế lực đang tác động lên nó.

Như chúng tôi đã đề cập trong chuỗi các bài thoản luận đầu tiên của chúng tôi, nếu Sự Can Thiệp thống trị hoàn toàn và sự chiếm đóng được thiết lập ở đây hoàn toàn, thì cộng đồng loài người sẽ bị hạ xuống thành một tầng lớp lao động hiệu quả. Điều này sẽ được thực hiện như thế nào mà không gây ra sự phẫn nộ và cách mạng trong cộng đồng loài người? Nó sẽ được thực hiện thông qua sự biến mất của con người. Nó sẽ được thực hiện bằng cách cô lập những người được coi là bất hợp tác hoặc bất đồng quan điểm. Họ sẽ bị bắt đi, không còn được nhìn thấy nữa. Và trong khi sẽ có vẻ ngoài bình thường trong các vấn đề của con người, mọi thứ đằng sau hậu trường sẽ bị thay đổi và sẽ bị quản lý bởi một tập hợp các thế lực khác.

Các Tập Đoàn hy vọng rằng điều này có thể được đạt được càng lâu càng tốt và rằng cuộc cách mạng sẽ không bắt đầu, vì điều đó sẽ rất tốn kém cho những nỗ lực của họ. Và cũng rất tốn kém cho nhân loại. Các vị khách đang ở đây để kinh doanh. Bạn là một phần của công việc kinh doanh. Bàn tay của bạn. Con mắt của bạn. Cơ quan sinh sản của bạn. Máu của bạn. Huyết tương của bạn. Hóa sinh của bạn. Đây đều là một phần của công việc kinh doanh của họ. Đối với họ, bạn giống như gia súc thông minh—hữu ích, thú vị và quan trọng về mặt thương mại.

Vào lúc đầu, họ sẽ đối xử với bạn bằng sự tôn trọng, những người trong số bạn mà có thể chạm trán trực tiếp với họ, nhưng họ sẽ không trao cho bạn quyền lực nào. Họ sẽ không cho bạn lựa chọn. Họ sẽ chỉ cố gắng thuyết phục bạn về sự khôn ngoan của cách thức của họ và sự cần thiết của sự hiện diện của họ trong thế giới. Và nếu bạn từ chối hoặc nếu bạn chống cự, họ sẽ khiến cuộc sống bạn khó khăn, hoặc họ sẽ loại bỏ bạn để sử dụng sau.

Chúng tôi hiểu rằng một số người mà đã không được trả lại thế giới là những người đã đấu tranh chống lại họ và kết quả là đã bị loại bỏ. Làm sao chúng tôi biết được những điều này? Chúng tôi biết bởi vì chúng tôi hiểu được các Tập Đoàn. Chúng tôi hiểu về thương mại hợp pháp của họ, và chúng tôi hiểu về thương mại bất hợp pháp của họ. Họ muốn sử dụng mọi phần của thế giới. Và họ muốn sử dụng mọi bộ phận của bạn. Cũng giống như bạn muốn sử dụng mọi bộ phận của con bò hoặc con cừu hoặc bất kỳ gia súc nào khác mà bạn lai giống cho mục đích của riêng bạn.

Làm sao chúng tôi biết rằng họ đang làm những việc này trong thế giới? Chúng tôi biết vì chúng tôi đang theo dõi việc liên lạc của họ. Nếu không, chúng tôi không thể quan sát đầy đủ các hoạt động của họ và hiểu được bản chất của sự tham gia của họ ở đây. Điều này rất giống với việc tham gia của họ trong những thế giới đang trỗi lên khác. Những gì chúng tôi không thể nhìn thấy, Những Đấng Vô Hình đã tiết lộ cho chúng tôi.

Chúng tôi biết từ sự truyền tin của họ, sự liên lạc của họ với các căn cứ của họ bên trong thế giới và các vệ tinh của họ bên ngoài thế giới, rằng nhiều "mẫu vật" của họ, như họ ám chỉ bạn, hoặc đã chết hoặc đã phải được sử dụng cho những lý do khác. Tuy nhiên, chúng tôi biết từ sự truyền tin của họ trên trái đất rằng nhiều người đang biến mất. Vì vậy không khó để chúng tôi thấy được mối liên hệ.

Trong nỗ lực của họ để gây giống một lãnh đạo mới cho nhân loại, một người lai giống, họ cần tất cả những tài nguyên sinh học mà chúng tôi đang mô tả.

Những gì chúng tôi đang đề cập ở đây là phần ẩn giấu và bí mật nhất trong mục tiêu của họ, phần mà họ sẽ không bao giờ sẵn sàng tiết lộ cho bạn, phần mà bạn có thể không bao giờ nhìn thấy nếu không có sự trợ giúp lớn lao. Đây là thứ bí mật nhất của các hoạt động của họ. Họ bán các sản phẩm sinh học ở nơi mà bạn gọi là "chợ đen" trong vũ trụ.

Nhưng giá trị của những sản phẩm này và nhu cầu cho chúng là thật sự đáng kể.

Ở hầu hết những nơi mà thương mại đã được thiết lập, chẳng hạn như trong vùng lân cận của bạn, việc giao dịch như vậy là bất hợp pháp, bởi vì nó bị coi là đáng khiển trách về mặt đạo đức và đạo lý. Nhưng với rất nhiều xã hội công nghệ tồn tại trong vũ trụ và các tài nguyên sinh học như đang tồn tại trong thế giới của bạn hiếm như thế, nhu cầu cho những yếu tố cơ bản này là đáng kể.

Nhiều quốc gia công nghệ tiến bộ đã dùng quá các nguồn tài nguyên sinh học của thế giới mình đến mức họ phải tìm kiếm chúng ở nơi khác, và họ phải giao dịch và đổi chác cho chúng như một trong những nỗ lực chính của họ. Đây không chỉ đơn giản là các sản phẩm thực phẩm, khoáng sản và kim loại và các nguyên tố như vậy. Đó cũng là nhu cầu cho các sản phẩm sinh học như chúng tôi đã mô tả, mà phong phú trong thế giới của bạn và phong phú trong gia đình loài người.

Vì vậy khi ai đó hỏi, "Họ muốn gì?" Câu trả lời thích hợp là, "Họ muốn thế giới của bạn và các tài nguyên của nó. Và họ muốn bạn và các tài nguyên của bạn." Như chúng tôi đã nói, đây là điều ẩn giấu nhất trong kế hoạch của họ. Nhưng cần thiết để bạn biết bởi vì điều này khiến sự vi phạm trở nên trọn vẹn.

Những vị khách không "ghét" nhân loại. Họ không tàn nhẫn và giết người theo nghĩa mà bạn có thể nghĩ. Họ chỉ xem bạn như một tài nguyên như cách bạn xem động vật của mình như một tài nguyên. Đối với họ, mặc dù bạn có trí thông minh, họ vẫn coi rằng bạn hỗn loạn và bất kham không thể cứu vãn, và họ không hiểu được những động cơ sâu thẳm của bạn. Họ xem công nghệ của bạn như đang trong giai đoạn khá niên thiếu, và họ nhìn vào những hành vi phá hoại của bạn với sự lo lắng, căng thẳng và ghê tởm. Không có Tri Thức, nền tảng thánh linh, họ không thấy rằng những gì họ đang thực hiện trên thế giới của bạn là đáng trách về mặt đạo đức hay đạo lý. Đó chỉ là cơ hội để đáp ứng những nhu cầu thực tiễn của họ,

Như chúng tôi đã nói, họ tìm cách đưa nhân loại vào trong Tập Đoàn của họ, nhưng đây chỉ là một phần rất chọn lọc của dân số của bạn. Và ở đây bạn sẽ không ở cấp cao trong hệ thống phân cấp của họ. Đối với tất cả những người khác trong thế giới, điều gì sẽ xảy ra với họ nếu Sự Can Thiệp hoàn thành, nếu sự chiếm đóng có thể được thiết lập hoàn toàn?

Chúng tôi đã miễn cưỡng để nói với bạn một số điều vì chúng tôi không muốn đánh mất sự chú ý của bạn. Chúng tôi không muốn bạn quay lưng từ chối, nghĩ rằng bạn không thể đối mặt với những vấn đề này. Vì vậy chúng tôi đã cố gắng cực kỳ cẩn thận trong cách chúng tôi đã trình bày về tình huống này. Mặc dù vậy, có một số điều bạn phải biết mà bạn không thể dễ dàng thấy từ điểm quan sát của mình. Chúng tôi đã phải tự tìm hiểu về những thực tế này mặc dù chúng tôi đã có sự hỗ trợ như chúng tôi đang cung cấp cho bạn. Nhưng bản chất đáng chê trách của các Tập Đoàn và sự thiếu đạo đức và đạo lý của họ là điều mà chúng tôi đã phải đối mặt. Đó là lý do tại sao chúng tôi tránh các Tập Đoàn trong các thế giới của chính mình, nơi mà họ không thể xâm nhập.

Có nhiều quốc gia trong vũ trụ đã thành lập các liên minh để bảo vệ mình khỏi các Tập Đoàn như vậy, đặc biệt trong các khu vực đông dân cư của thiên hà. Đây là lý do tại sao nhiều hoạt động của Tập Đoàn được điều hành bởi các tổ chức công đoàn và các quyền lực và cơ quan quản lý khu vực. Các Tập Đoàn được kiểm soát bởi nhiều lực lượng mà không muốn rơi dưới sự thuyết phục của họ hoặc sự kiểm soát của họ. Ngay cả nhiều đối tác thương mại của họ cũng nhìn họ với sự căng thẳng. Và ngay cả khi họ bị buộc phải tham gia thương mại với các Tập Đoàn, họ cũng phải bảo vệ mình khỏi ảnh hưởng của các Tập Đoàn.

Tài nguyên là quý giá trong vũ trụ—tài nguyên khoáng sản, tài nguyên nước, tài nguyên sinh học, tài nguyên thực phẩm. Các xã hội công nghệ lớn như các Tập Đoàn thì có nhu cầu khổng lồ về tài nguyên để duy trì hoạt động của chính họ. Thương mại của họ được dựa trên việc thu thập tất cả những thứ này và trên việc khám phá các nguồn mới. Tất nhiên, điều này khiến họ chủ yếu quan tâm đến các thế giới đang trỗi lên chẳng hạn như thế giới của bạn, mà đang trỗi vào trong các khu vực nơi họ có ảnh hưởng và quyền lực.

Hãy cân nhắc lời nói của chúng tôi. Bây giờ chúng tôi sẽ cho bạn biết những gì bạn phải làm.

BÀI TÓM TẮT THỨ SÁU

Lời Kêu Gọi để Hành Động

Đó đã là sứ mệnh của chúng tôi để quan sát Sự Can Thiệp của người ngoài hành tinh trong thế giới ngày hôm nay và để cung cấp cho bạn những bài bình luận của chúng tôi và quan điểm của chúng tôi. Đó là một nhiệm vụ khó khăn và một thông điệp khó khăn. Chúng tôi hiểu được những vấn đề mà con người có thể có khi tiếp nhận sự truyền tải này. Họ có thể nghi ngờ cách truyền tải của chúng tôi. Chắc chắn họ có thể nghi ngờ về thực tế và danh tính của chúng tôi và sự đáng tin cậy của lời nói của chúng tôi. Họ có thể nghi ngờ về thực tế mà chúng tôi đang trình bày. Và có lẽ sự cám dỗ để phủ nhận những điều này sẽ là rất lớn đối với một số người.

Tuy nhiên điều sẽ thật sự sẽ giúp bạn nghe được lời nói của chúng tôi và biết được tính xác thực của chúng sẽ là khả năng của bạn để đáp lại với sự nhận biết sâu thẳm bên trong bạn. Trong suốt các bài thảo luận của mình, chúng tôi đã đề cập đến thực tế của Tri Thức, Trí Tuệ Thánh Linh đang sống bên trong bạn. Chúng tôi đã nói về tầm quan trọng trung tâm của nó trong quá trình chuẩn bị của bạn cho Cộng Đồng Vĩ

Đại. Chúng tôi đã nói về nó như quyền lực chân thật giúp bạn có thể nhìn qua khỏi mọi lừa dối và thao túng của Sự Can Thiệp. Chúng tôi đã nói về nó như quyền lực vốn có mà Các Tập Đoàn không sử dụng và không nhận biết—Tri Thức. Tri Thức này không giống như một thế lực quân sự. Nó không phải là thứ gì đó mà bạn có thể sử dụng để đạt được các thứ bằng vũ lực hoặc để áp đảo hoặc thống trị người khác. Nó là Trí Tuệ Thánh Linh vĩ đại mà bạn chia sẻ với Đấng Tạo Hóa.

Nhân loại có thử thách vĩ đại phía trước nó và đang đối mặt với nguy cơ vĩ đại trong việc trỗi lên của nó vào Cộng Đồng Vĩ Đại. Vì vậy, cần thiết để tìm thấy sức mạnh mà sẽ giúp bạn thống nhất các dân tộc của mình và để giành vị thế của mình trong Cộng Đồng Vĩ Đại như một chủng loài tự do và tự quyết. Quyền lực này phải đến từ bên trong con người và phải được củng cố bởi các thế lực vĩ đại cho điều tốt mà đang tồn tại cả trong thế giới của bạn và trong Cộng Đồng Vĩ Đại.

Có lẽ sẽ có những người sẽ từ chối lời nói và lời khuyên của chúng tôi và từ chối hoàn toàn những gì chúng tôi đang trình bày. Họ có thể có sở thích riêng của mình trong vấn đề này. Họ có thể có nỗi sợ và cảm giác không đủ giỏi của chính mình. Có lẽ họ đã là nạn nhân rồi của sự thuyết phục của Sự Can Thiệp và không muốn nhìn nhận rằng họ có thể đang sai lầm. Có lẽ họ quá sợ phải đối mặt với thử thách vĩ đại này. Có lẽ họ muốn trốn thoát vào trong những mối quan tâm và bận tâm cá nhân của mình. Nhưng điều thật sự đang được kêu gọi ở đây chính là quyền lực và sự hiện diện của Trí Tuệ Thánh Linh này mà chúng tôi gọi là Tri Thức, mà là cội nguồn của lương tâm thật của bạn. Tuy nhiên điều mà bạn có thể không nhận ra đó là đây chính là cội nguồn và sự kết nối của mọi tâm linh trong vũ trụ. Các biểu hiện của tâm linh và các nghi lễ tâm linh, những Giáo Viên và những sứ giả vĩ đại của thánh linh là quá nhiều để đếm được trong vũ trụ. Các triết lý và phương pháp là độc nhất cho các nền văn hóa và lịch sử của chúng. Nhưng ở trung tâm là quyền lực bí ẩn và sâu sắc này mà cho phép bạn nhìn, biết và hành động hài hòa với Đấng Tạo Hóa của mọi sự sống.

Chắc chắn rằng sự hiện diện của chúng tôi và lời nói của chúng tôi có thể bị từ chối và phủ nhận. Nhưng với Tri Thức, điều này sẽ không xảy ra. Bởi vì chúng tôi chắc chắn rằng chúng tôi đang trình bày sự thật hết sức mình. Các đồng minh bên ngoài của bạn đã cử chúng tôi đến đây trong sứ mệnh phụng vụ vĩ đại cho nhân loại. Tính chính trực của sứ mệnh của chúng tôi và của trình bày của chúng tôi là thật và chân thật. Đó không chỉ là vấn đề về quan điểm hay nhận thức.

Chúng tôi phải dựa vào Quyền Lực Thánh Linh này bên trong bạn, độc giả và người nhận lãnh thông điệp của chúng tôi. Vì thật sự, chúng tôi đang tiết lộ nhiều hơn lời nói của chúng tôi có thể truyền đạt. Chúng tôi đang tiết lộ toàn bộ thực tại của sự sống trong vũ trụ. Chúng tôi đang mở cánh cửa đến với những bí ẩn vĩ đại mà nhân loại vẫn chưa thâm nhập, và trong một số trường hợp thậm chí còn chưa xem xét đến.

Mặc dù chúng tôi rất khác với bạn và mặc dù chúng tôi thực hành thánh linh của mình theo những cách độc nhất đối với chúng tôi và bạn không thể thật sự thích nghi, những gì chúng tôi nhấn mạnh là hoàn toàn căn bản đối với con người bạn, đối với bản chất của bạn và đối với thực tế của bạn.

Tri Thức không chỉ đơn giản là một tiềm năng vĩ đại đang sống bên trong bạn. Nó là yếu tố quan trọng nhất mà có thể bảo đảm tự do của bạn và duy trì nó, cả bây giờ và trong tương lai. Có sự tự do để sống theo lương tâm của bạn, rồi thì có sự tự do để tìm kiếm Tri Thức bên trong bản thân bạn. Trừ khi bạn có sự tự do đầu tiên, sẽ khó khăn hơn nhiều để tìm thấy sự tự do thứ hai. Đầu tiên bạn phải tồn tại và duy trì sự tự do, và rồi cơ hội sẽ hiện diện để bạn tiếp cận với Trí Tuệ Thánh Linh vĩ đại đang sống bên trong bạn. Việc tìm được sự tự do này và Tri Thức này trao cho bạn cái nhìn sâu sắc vào trong thực tế và ý nghĩa của sự sống trong vũ trụ. Điều này trao cho bạn sự hứa hẹn vĩ đại, và chúng tôi phải nhấn mạnh thứ trao cho bạn sự hứa hẹn vĩ đại này—Tri Thức, tự do, sức mạnh. Đây là những thứ mà bây giờ bạn phải trau dồi.

Trong tương lai, sự khác biệt giữa các bạn như con người sẽ ngày càng trở nên ít quan trọng hơn. Hai thứ sẽ làm lu mờ chúng. Thứ nhất sẽ là các thế lực từ Cộng Đồng Vĩ Đại, mà sẽ thách thức quyền thiết yếu của bạn để ở trong thế giới như một chủng loài tự do. Điều này đặt mọi người vào trong cùng một tình cảnh. Điều thứ hai sẽ là thực tế của Tri Thức bên trong bạn, mà sẽ tìm cách hợp nhất bạn với những người khác để trao cho bạn Tri Thức này, sự tự do này và sức mạnh này. Việc khám phá Tri Thức này không đơn thuần là một lựa chọn và không đơn thuần là mục tiêu của các cá nhân xuất chúng. Nó tượng trưng cho bản chất của sự đấu tranh của bạn cho tự do.

Tri Thức sẽ tiết lộ điều này cho bạn và sẽ xác nhận lời nói của chúng tôi. Vượt qua khỏi những sở thích và niềm tin của bạn, điều này là chắc chắn đúng. Chúng tôi có lòng tin ở đây, bởi vì đây là nơi chúng tôi đặt lòng tin của mình—vào sự tốt đẹp thiết yếu và sự khôn ngoan tiềm ẩn đang nằm bên trong gia đình con người. Nếu không, nỗ lực lớn lao của chúng tôi để gióng lên hồi chuông báo động và để mang nhận thức Cộng Đồng Vĩ Đại vào trong thế giới sẽ thất bại. Nó sẽ không có hiệu lực ở đây. Thất bại này có những hậu quả trầm trọng, bởi vì nhân loại chưa hiểu được tình trạng khó khăn của mình, cũng như nó không hiểu được những gì nó phải dựa vào để đạt được thành công. Đấng Tạo Hóa muốn nhân loại trở thành một chủng loài tự do trong vũ trụ, nhưng điều đó tùy thuộc vào bạn. Điều đó phụ thuộc vào những gì bạn chọn để tin vào, những gì bạn chọn để làm và những gì bạn chọn để nhấn mạnh.

Sự Can Thiệp là rất bí mật và rất giấu giếm. Chỉ những người đã bị tác động trực tiếp bởi nó hoặc đã bị tiếp xúc trực tiếp mới biết về sự hiện diện của nó, và họ phải chịu sự thuyết phục và thao túng đáng kể, như chúng tôi đã mô tả. Do đó, ai đang ở trong vị trí để thật sự tự mình biết? Chúng tôi cung cấp một quan điểm mà bình thường bạn sẽ không thể có. Chúng tôi cung cấp nhận biết sâu sắc về những thực tế quan trọng về sự sống trong Cộng Đồng Vĩ Đại mà bạn không thể tiếp cận. Và chúng tôi làm chứng cho những người trong số các bạn mà đã bắt đầu cảm nhận được những điều này bên trong bản thân. Thông điệp của chúng tôi đóng vai trò như sự xác nhận cho những nhận biết sâu sắc này. Nhưng câu hỏi vẫn còn đó, liệu bạn có thể biết được những gì bạn biết, liệu bạn có thể đi theo những gì bạn biết và liệu bạn có thể đáp lại từ phần sâu thẳm này của mình và chia sẻ điều này với những người khác?

Chúng tôi sớm sẽ phải rời khỏi vùng lân cận của thế giới bạn, bởi vì khi các bài thảo luận đầu tiên được tiết lộ, Sự Can Thiệp trở nên nhận thức về sự hiện diện của chúng tôi ở đây và đã bắt đầu việc tìm kiếm kỹ lưỡng và kiên quyết cho chúng tôi. Chúng tôi phải trốn thoát trước khi điều này xảy ra, và ngay cả ở đây cuộc trốn thoát của chúng tôi cũng chứa đựng những nguy hiểm vĩ đại cho chúng tôi. Việc ra đi của chúng tôi sẽ bị chú ý. Và sẽ có nỗ lực để đi theo chúng tôi và để tìm chúng tôi bất cứ nơi nào chúng tôi đi. Chúng tôi không thể trở về những thế giới mẹ của mình bởi vì điều đó sẽ dẫn đến việc phát hiện ra chúng. Chúng tôi phải tìm cách ẩn nấp ở một khoảng cách xa hơn. Từ vị trí đó, chúng tôi sẽ không thể chứng kiến các hoạt động đang diễn ra của Sự Can Thiệp.

Do đó, trong hai bộ Tóm Tắt này, chúng tôi phải cung cấp cho bạn mọi thứ mà bạn sẽ cần để tự mình tiến bước. Tuy nhiên sự hỗ trợ của chúng tôi như người quan sát sẽ sớm kết thúc. Ngay cả khi chúng tôi trình bày những lời này, chúng tôi sẵn sàng để rời đi. Do đó, chúng tôi giao tiếp rất vội vàng với cảm giác cấp bách. Nhưng chúng tôi phải tự hỏi, ai có thể thật sự nghe chúng tôi và ghi nhớ những gì chúng tôi đang nói? Và ai sẽ hành động theo những lời này với sự chắc chắn nội tâm của chính họ? Chúng tôi không ở đây để dẫn dắt bạn hoặc để trở thành nhà lãnh đạo cho nhân loại. Nhân loại phải có những nhà lãnh đạo của chính mình. Tuy nhiên ai sẽ đảm nhận trách nhiệm này? Ai sẽ có sự chắc chắn nội tâm? Ai đủ mạnh với Tri Thức để nhìn thấy, để biết và để cảm thấy thực tế của những gì chúng tôi đang trình bày đến mức mà họ có thể hành động và bắt đầu lên tiếng chống lại Sự Can Thiệp?

Chúng tôi không thể trả lời những câu hỏi này. Chỉ bạn mới có thể trả lời chúng. Chúng tôi có thể cung cấp cho bạn cái nhìn thoáng chốc về sự sống trong vũ trụ và một hiểu biết cơ bản về bản chất và hoạt động của Sự Can Thiệp và về những loài đang can thiệp ở đây. Nhưng chúng tôi không thể trả lời mọi câu hỏi và thật sự đó không phải là câu trả lời mà bạn cần. Bạn cần sự chắc chắn nội tâm để nhìn thấy, để biết và để hành động. Mong muốn lớn nhất của chúng tôi là rằng chúng tôi có thể kích thích điều này trong đủ số người để một phong trào sẽ phát sinh để chống lại Sự Can Thiệp và để thể hiện sự không hài lòng của nhân loại đối với những vị khách không mời của nó. Đây sẽ là một khởi đầu có ích. Nhưng đó chỉ là một khởi đầu, bởi vì phải có nhận thức về thực tế của Cộng Đồng Vĩ Đại. Và phải có sự hiểu biết tỉnh táo và sâu sắc về những gì nhân loại phải làm để đảm bảo tự do của nó và phúc lợi của nó trong phạm vi rộng lớn hơn và phức tạp hơn nhiều này của sự sống thông minh.

Mong muốn của chúng tôi không phải là để phủ một ám ảnh đen tối hoặc đầy sợ hãi về sự sống trong vũ trụ, vì thật ra có nhiều sáng tạo tuyệt vời và kỳ diệu, và có nhiều xã hội đã đạt được trạng thái nhận thức rất cao. Nhưng những xã hội này vẫn ở trong thiểu số của biểu hiện của sự sống thông minh khắp thiên hà này trong mức độ chúng tôi nhận thức được, và chúng tôi đã gặp nhiều loài khác mà đã nhìn thấy những điều mà chúng tôi chưa từng thấy.

Để nhân loại có thể bước vào khung cảnh mới này của sự sống, bạn phải có định hướng về những gì tồn tại ở đó và những gì để mong chờ và cách bạn phải vận hành và ứng xử. Không ai trong thế giới được chuẩn bị để trao cho bạn lời khuyên này, vì làm sao ai có thể biết được? Cần các đồng minh của bạn, Đồng Minh của Nhân Loại, để cung cấp quan điểm này và định hướng này. Nếu không, bạn sẽ cảm thấy đơn độc và dễ bị ảnh hưởng đến mức bạn có thể mất lòng tin và đầu hàng trước sự thuyết phục của những loài đang tìm cách giành quyền kiểm soát bạn và thế giới bạn.

Bây giờ chúng tôi muốn nói vài điều về cá nhân mà đang nhận lãnh sự truyền tải này. Marshall Vian Summers không chỉ đơn giản là người đàn ông vô tình được chọn cho một nhiệm vụ vĩ đại. Ông ấy đã được gửi vào thế giới cho mục đích này. Ông ấy là người đã được cử với một sứ mệnh Thiêng Liêng, để giúp chuẩn bị nhân loại cho sự chạm trán của nó với Cộng Đồng Vĩ Đại và để đại diện cho Giáo Huấn Cộng Đồng Vĩ Đại trong thế giới, một giáo huấn trong Con Đường của Tri Thức trong Cộng Đồng Vĩ Đại.

Nhiều năm trước, chúng tôi đã cố gắng liên lạc trực tiếp với ông ấy. Ông ấy đã được gọi đến một địa điểm ở vùng núi và đã được chuẩn bị cho việc tiếp xúc của ông với chúng tôi. Một số thành viên trong nhóm chúng tôi đã thực hiện cuộc hành trình nguy hiểm vào thế giới này, nhưng thật không may nhiệm vụ của họ đã không được hoàn thành. Một khi họ bị phát hiện bởi Sự Can Thiệp, họ đã phải tự hủy bản thân và con tàu của mình, không để lại bằng chứng nào về sự hiện diện của chúng tôi trong thế giới. Điều này đánh dấu một thất bại lớn lao. Và việc mất đi bốn cá nhân vô cùng quý giá. Bây giờ chỉ còn lại năm người chúng tôi. Và một lần nữa chúng tôi đang đối mặt với nguy hiểm lớn lao.

Quá trình chuẩn bị cho sự tiếp xúc của chúng tôi với cá nhân này đã là lâu dài và với nhiều sự trì hoãn. Trước tiên, ông ấy đã phải trở thành người nhận lãnh Giáo Huấn Cộng Đồng Vĩ Đại. Ông ấy đã phải trở thành học sinh đầu tiên của nó. Sau đó ông ấy đã phải đảm nhận vị trí mà từ đó ông có thể đại diện cho ngưỡng cửa hiểu biết mới cho nhân loại. Một số người đã được kêu gọi để hỗ trợ ông, và không phải tất cả họ đều có thể làm việc đó. Nhiều trì hoãn này, phần lớn nằm ngoài tầm kiểm soát của ông, đã trì hoãn sự trình bày của chúng tôi. Đây là lý do tại sao chúng tôi đã muộn trong việc trao cho bạn các bài thảo luận của chúng tôi và những bài tóm tắt của chúng tôi.

Đã là một thách thức lớn lao đối với cá nhân này để nhận lãnh và để chấp nhận một trách nhiệm như vậy. Ông ấy đã không đòi nó. Nhưng ông ấy đã được sinh ra với nó. Và với tất cả sự trì hoãn, cơ hội thành công đã càng trở thành mối lo lắng đối với chúng tôi. Đó là lý do tại sao vào lúc này chúng tôi phải nói với sự nhấn mạnh lớn lao. Và chúng tôi phải lặp lại thông điệp thiết yếu của mình để chúng tôi có thể chắc rằng nó đang được lắng nghe và hiểu.

Mỗi tháng và mỗi năm bây giờ đều quý giá. Mỗi tháng và mỗi năm mà nhân loại vẫn chưa chuẩn bị cho Cộng Đồng Vĩ Đại, tình hình trở nên khó khăn hơn và nghiêm trọng hơn. Chúng tôi đã phải di chuyển hai lần trong vị trí của chúng tôi ở đây trong Hệ Mặt Trời của bạn. Chúng tôi không thể bảo bạn biết nhiều hơn, bởi vì chúng tôi không muốn cung cấp bằng chứng về sự hiện diện của chúng tôi cho các đối thủ của bạn.

Trong những lịch sử của chúng tôi, đối với những người còn lại trong số chúng tôi, cũng khó khăn không kém để trình bày một thông điệp rất giống vậy cho các nền văn hóa của chúng tôi. Chúng tôi đã đối mặt với sự hoài nghi, chế giễu, sốc. Ý tưởng rằng các thế giới của chúng tôi có thể bị can thiệp bởi những thế lực không thân thiện với chúng tôi là điều mà các chủng loài của chúng tôi đã hoàn toàn không được chuẩn bị. Chúng tôi đã tin, cũng như bạn, khi sống trong tình trạng cô lập, rằng chúng tôi có đặc quyền và có ân sủng của các quyền năng Thần Thánh. Chúng tôi chỉ có thể giả định rằng những cuộc viếng thăm ban đầu, mà đã được thực hiện bí mật như trong thế giới của bạn, là cho một lợi ích lớn lao. Đó đã là giả định của chúng tôi. Chỉ khi một nhóm như chúng tôi đã gặp và tư vấn cho một số cá nhân trong các thế giới của chúng tôi để trao lời cảnh báo và nhận thức mà sự chuẩn bị thật sự đã có thể bắt đầu.

Tuy nhiên chúng tôi vẫn phải nhấn mạnh trong sự đảm bảo của chúng tôi rằng vẫn còn thời gian để nhân loại ngăn chặn Sự Can Thiệp. Tuy nhiên, để điều này xảy ra, cá nhân này phải được công nhận và hỗ trợ. Bản thân bạn phải lên tiếng thay cho thông điệp này mà chúng tôi đang trao, và bạn phải hỗ trợ ông ấy trong việc nói thay nó. Ông ấy có rất ít sự ủng hộ trên thế giới. Có những trở ngại lớn lao. Sự Can Thiệp nhận thức về ông và ngay cả vào lúc này đang tìm cách cản trở ông.

Thông điệp mà chúng tôi đang truyền tới bạn đã được giao phó cho cá nhân này để truyền tải đến bạn trong một hình thức tinh khiết, hình thức tinh khiết nhất có thể đạt được. Chúng tôi tin tưởng rằng ông ấy đã có thể làm được điều này. Ông ấy cũng đã được trao cho Giáo Huấn Cộng Đồng Vĩ Đại, mà là sự chuẩn bị duy nhất trên thế giới để chuẩn bị con người theo Con Đường Tri Thức trong Cộng Đồng Vĩ Đại.

Chúng tôi rất vinh dự để có thể trình bày thông tin này. Và chúng tôi tiếc vì nhiều sự trì hoãn đã khiến chúng tôi không thể cung cấp nó sớm hơn. Chúng tôi đang hoạt động chống lại các thế lực hùng mạnh, và chúng tôi phải chờ đợi sự sẵn sàng của những người có thể tiếp nhận chúng tôi và những người có thể gieo những hạt giống mà chúng tôi đang trình bày ở đây trong những Bài Tóm Tắt này.

Chúng tôi đã truyền đạt điều mà chúng tôi cảm thấy là thiết yếu cho phúc lợi của bạn và sự sống còn của bạn. Chúng tôi đã bỏ ra nhiều thứ khác mà có lẽ bạn sẽ thấy rất thú vị, nhưng không phải là trọng tâm của nhu cầu của bạn. Chúng tôi đã rất chú trọng để không che phủ vấn đề thiết yếu với những chi tiết không thiết yếu. Và thật vậy quá nhiều chi tiết chỉ đơn giản khiến cho sự truyền tải của chúng tôi có vẻ khó hiểu hơn.

Chúng tôi nói thay cho các đồng minh của bạn, mà là đáng kể và đại diện cho nhiều chủng loài. Tất cả chín người chúng tôi đều đến từ các thế giới khác nhau, nhưng chúng tôi có chung sứ mệnh vì chúng tôi mạnh mẽ với Tri Thức. Chúng tôi muốn cho nhân loại những gì chúng tôi muốn cho bản thân, mà là khả năng tự cung tự cấp, sự sáng tạo, không bị xâm nhập và cuộc sống không có xung đột và chiến tranh. Quyền được ở trong cuộc sống để đạt được mục đích cao cả và đáp lại tiếng gọi cao cả mà Đấng Tạo Hóa đã ban cho tất cả mọi loài như một tiềm năng—đây là điều chúng tôi tìm cách xác nhận cho bản thân và cho gia đình loài người. Nhưng cũng đúng trong thế giới của bạn, có những thế lực và sự thuyết phục mạnh mẽ đang cản đường sự khám phá và thành tựu này. Và vì vậy chúng tôi làm việc đằng sau hậu trường để ủng hộ tự do và Tri Thức trong tất cả chúng sinh, ngay cả trong các Tập Đoàn, ngay cả trong các đế chế hung hãn và phá hoại, ngay cả trong những cá nhân vô lương tâm và thủ đoạn.

Chúng tôi biết về nhiều chủng loài trong vũ trụ mà thể hiện Tri Thức và sự thiếu hụt Tri Thức. Bạn sẽ có cơ hội tìm hiểu về những điều này trong tương lai nếu bạn có thể đảm bảo quyền tự do của mình vào lúc này. Nhân loại đang ở trong giai đoạn đầu của những thành tựu lớn lao hơn của nó. Nhưng sự liều lĩnh hiện tại của nó, những xung đột bộ lạc của nó và sự suy thoái môi trường của nó đều đe dọa khả năng rằng bạn sẽ có cơ hội đạt được một trạng thái cuộc sống lớn hơn cho người dân của mình.

Sự Can Thiệp lúc này có vẻ như là sự xâm nhập thô lỗ vào trong một tình huống vốn đã khó khăn. Nhưng như thường xảy ra, những biểu hiện vĩ đại của thiên nhiên chứng tỏ là mang tính cứu chuộc nếu chúng có thể được nhận biết và sử dụng một cách phù hợp. Điều có vẻ như áp đảo nhân loại chính là điều có thể đoàn kết nhân loại và chấm dứt xung đột bộ tộc. Mỗi người trên thế giới phải học về Cộng Đồng Vĩ Đại và sự thật về Sự Can Thiệp trong thế giới. Họ phải học về Sự Can Thiệp trước khi nó hoàn thành sự chiếm đóng của nó. Bất kỳ tiến bộ nào về mặt này là một phước lành. Bất kỳ thất bại nào về mặt này sẽ làm tổn hại đến mọi sự sống trong thế giới của bạn.

Mặc dù một cá nhân đã được trao gánh nặng và đặc quyền để mang thông điệp của chúng tôi vào trong thế giới và để nhận lãnh Giáo Huấn Cộng Đồng Vĩ Đại, sẽ tuỳ vào nhiều người trong nhiều nền văn hóa để chia sẻ sự hiểu biết này và sự chuẩn bị này và để dịch nó sang nhiều ngôn ngữ khác nhau trong thế giới của bạn. Nhu cầu cho tự do và khát khao cho tự do thì giống nhau khắp vũ trụ. Về cơ bản thông điệp của chúng tôi và Con Đường Tri Thức là về tự do—tự do để sống một cách tự do trong thế giới của bạn mà không bị xiềng xích với chủng loài khác và không bị xâm phạm hoặc can thiệp bởi chủng loài khác, và tự do để tìm Tri Thức và để hoàn thành bản thân trong hành trình vĩ đại của bạn ở đây trong cuộc sống vật chất. Đó đều là về tự do.

Khi các nhà lãnh đạo tôn giáo của thế giới và các nhà lãnh đạo chính trị của thế giới nhận ra rằng họ có lợi ích cơ bản chung và sứ mệnh chung để bảo vệ gia đình loài người, thì họ có thể sử dụng tất cả tài sản của mình một cách hiệu quả. Điều này hầu như sẽ che phủ những bất đồng của họ và sự thù địch của họ đối với nhau.

Câu hỏi đặt ra cho bạn là, bạn có tự do để biết những điều này mà chúng tôi đang nói đến không? Bạn có tự do để đáp lại không? Bạn có tự do để lên tiếng chống lại Sự Can Thiệp không? Bài học về tự do bắt đầu ngay lúc này. Đây là bước đầu tiên.

Đây không phải là lúc cho sự mâu thuẫn hay sự tự mãn. Đây không phải là lúc để đơn giản đặt sự bất bình và ngờ vực của mình lên thế giới. Ở mức độ mà nhân loại bị chia rẽ và không nhận thức về sự sống bên ngoài biên giới của mình, nó dễ bị tổn thương và không có sự an toàn thật sự. Việc đối lập với nhau của bạn bị đặt không đúng chỗ. Sự thật là, bạn không có biện pháp phòng thủ nào chống lại bên ngoài.

Nếu bạn có thể bảo vệ thành công quyền của bạn để là chủng loài ưu việt trong thế giới này và để sống với tự do và để vun đắp tự do bên trong gia đình loài người và bên trong xã hội loài người, thì bạn sẽ có cơ hội để gặp và biết các đồng minh của mình. Điều đó sẽ là một mặc khải vĩ đại và sự trở về nhà đối với bạn. Trước đó, có công việc vĩ đại phải làm. Và mỗi người đều có khả năng để làm công việc vĩ đại này.

Lời Bình Luận
của Các Giáo Viên
về
Đồng Minh của Nhân Loại

♦

CÁC GIÁO VIÊN LÀ AI?

Cũng như bạn có đồng minh trong thế giới và trong Cộng Đồng Vĩ Đại (Greater Community), bạn cũng có đồng minh bên ngoài phạm vi hữu hình của cuộc sống. Các Giáo Viên (The Teachers) đại diện cho Sự Hiện Diện Thiên Thần (The Angelic Presence), những người đang dõi theo nhân loại. Đồng Minh của Nhân Loại (Allies of Humanity) gọi họ là "Những Đấng Vô Hình" ("The Unseen Ones"). Họ đang ở đây để trở thành một phần trong quá trình giáo dục của bạn về Tri Thức. Không còn ở trong cõi vật chất, giờ đây họ phục vụ những người đang khôi phục ký ức về Quê Hương Cổ Đại (Ancient Home) của mình, và cùng với đó là bản chất và phương hướng của mục đích của mình trong cuộc đời.

♦

THÁNH LINH CỘNG ĐỒNG VĨ ĐẠI:

Một Tân Khải Huyền

BÌNH LUẬN THỨ NHẤT

Vấn Đề về Việc Phủ Nhận của Con Người

Nhiều người, khi đọc Những Bài Tóm Tắt của Đồng Minh của Nhân Loại, sẽ trở nên sợ hãi. Họ sẽ đọc nó như thể họ nghĩ rằng nó là thật và chân thật, mà đúng như vậy, và họ sẽ trở nên sợ hãi và muốn rút lui. Họ sẽ muốn phủ nhận nó theo cách nào đó.

Theo cách nào đó, tài liệu Đồng Minh của Nhân Loại tiết lộ điểm yếu của bạn. Nó kêu gọi sức mạnh của bạn. Nó kêu gọi sự khôn ngoan vốn có của bạn. Nó kêu gọi Tri Thức, Tâm Trí Thánh Linh bên trong bạn, nhưng nó cũng tiết lộ điểm yếu của bạn. Nó tiết lộ sự dễ bị ảnh hưởng của bạn. Nó tiết lộ sự thiếu kiểm soát của bạn đối với nhận thức của chính mình. Nó tiết lộ những biên giới không được phòng thủ của bạn đối với vũ trụ. Nó tiết lộ những giả định của bạn, những mối bận tâm của bạn, và sự thiếu hiểu biết tổng thể của bạn về sự sống trong vũ trụ.

Ở đây quan trọng để tự hỏi liệu nhân loại sẽ chạm trán với sự sống thông minh từ bên ngoài thế giới của nó hay không. Và nếu có, khi điều đó xảy ra, nhân loại sẽ phản ứng như thế nào? Làm sao để nhân loại biết được những vị khách mới của nó có thân thiện hay không? Làm sao để nhân loại có thể nhận biết động cơ của các vị khách và nhận thức của họ? Làm sao để nhân loại có thể nhận biết tổ chức của họ, cách thức của họ và vân vân?

Nếu bạn xem xét những câu hỏi này một cách nghiêm túc, bạn sẽ nhận ra rằng bạn có rất ít câu trả lời. Và khi không có câu trả lời, có lẽ bạn sẽ trở nên sợ hãi. Bạn sẽ cảm thấy sự dễ bị tổn thương của chính mình, và bạn sẽ cảm thấy con người không thật sự được chuẩn bị như thế nào cho một cuộc chạm trán như thế này.

Bởi vì hầu hết mọi người vẫn nghĩ rằng họ cô độc trong vũ trụ, rằng họ đã luôn cô độc và sẽ luôn cô độc, à, loạt câu hỏi quan trọng này thật sự không được xem xét bởi nhiều người. Và ngay cả những người xem xét nó thì thường xuyên nghĩ rất lãng mạn về sự sống trong vũ trụ và những gì nó sẽ mang lại cho nhân loại và nhân loại sẽ đạt được bao nhiêu từ sự chạm trán này. Họ nghĩ rằng các vị khách sẽ thích thú thế nào đến nghệ thuật và văn hóa, lịch sử và tính khí của nhân loại.

Vì vậy ngay cả trong số rất ít những người thật sự xem xét những câu hỏi này và nghĩ rằng chúng là quan trọng, thường có rất nhiều sự suy đoán lãng mạn. Con người sợ để trở thành thực tế về sự sống trong vũ trụ bởi vì nó tiết lộ điểm yếu của họ. Khi chúng tôi nói về điểm yếu, chúng tôi không đang nói về việc thiếu công nghệ của bạn. Thật sự, chúng tôi đang nói về sự thiếu nhận thức của bạn, sự thiếu tập trung của bạn trong cuộc sống, sự thiếu gắn kết xã hội của bạn trong các quốc gia và nền văn hóa của bạn. Nhân loại bị chia rẽ và tranh đấu bên trong chính nó. Điều này khiến bạn dễ bị ảnh hưởng bởi các thế lực bên ngoài. Nhưng sự dễ bị ảnh hưởng của bạn thật sự thậm chí còn vượt khỏi điều này bởi vì nó liên quan đến trạng thái tâm trí của bạn. Nó liên quan đến cách nhìn của bạn về bản thân và thế giới của mình. Nó liên quan đến giả định của bạn, ảo tưởng của bạn và mối bận tâm của bạn.

Đó như thể một cơn bão vĩ đại đang tụ họp và đã tụ họp một thời gian rồi, nhưng con người đã không để ý. Và rồi khi cơn bão ập đến, à, nó đập vào với sự ác liệt. Nó đập vào với tác động lớn lao. Con người hoàn toàn bị ngạc nhiên và phẫn nộ và kinh hãi. Nhưng các dấu hiệu đã có đó.

Ngay cả khoa học loài người bây giờ cũng đang bắt đầu thừa nhận số lượng của sự sống trong vũ trụ như một khả năng về lý thuyết. Tuy nhiên ai bận tâm về việc những cuộc chạm trán lớn lao đầu tiên của bạn có thể có ý nghĩa gì?

Khi những Bài Tóm Tắt của Đồng Minh được trình bày, sẽ có đủ kiểu phủ nhận, phê bình và từ chối. Tại sao? Tại sao có quá nhiều sự từ chối về sự chạm trán mà mọi người thật sự coi là rất có thể xảy ra? Nhưng khi nó thật sự được tính đến, bạn sẽ thấy rất nhiều sự phủ nhận. "Quá đáng! Vô lý! Không thể xảy ra!" Bạn sẽ nghe các nhà khoa học nói: "À, không thể nào để một chủng loài khác đến được đây bởi những hạn chế về du hành và tốc độ và vân vân." Thật tự phụ! Nhân loại dám giả định về những gì các quốc gia và nền văn hóa khác đã có thể phát triển trong một thời gian dài à? Vũ trụ có bị giới hạn bởi hiểu biết của con người không? Chẳng lẽ không lẽ nào các chủng loài khác có thể vượt xa thành tựu của con người về công nghệ?

Bạn có thể nói, "À, tất nhiên rồi!" Nhưng khi đối mặt với viễn cảnh về sự chạm trán thật sự, thì mọi người đổi giọng khác. Chủ nghĩa lý tưởng của họ rời khỏi họ. Chủ nghĩa lãng mạn của họ bị nghi vấn. Sự mong đợi huy hoàng của họ bị lu mờ bởi sự lo lắng và căng thẳng.

Vì vậy khi thông điệp của Đồng Minh của Nhân Loại được trình bày, con người bắt đầu cảm thấy cốt lõi thật của sự sợ hãi của mình, sự thiếu chuẩn bị của mình, sự yếu kém của vị thế của mình. Đồng Minh trình bày một cái nhìn rất thực tế về sự sống trong vũ trụ. Họ không ở đây để trả lời mọi câu hỏi mà bạn có thể có, nhưng thay vào đó là để trao cho bạn nhận thức về những gì đang thật sự xảy ra trong thế giới ngày hôm nay và cũng để xóa tan hầu hết suy đoán đầy ảo tưởng về viễn cảnh nhân loại chạm trán các dạng sự sống thông minh khác. Ngay cả kỳ vọng ảo tưởng, kỳ vọng đầy hy vọng, thật sự có sự sợ hãi trong cốt lõi của nó bởi vì bạn không chắc chắn, bởi vì bạn không biết, bởi vì bạn không chuẩn bị, bởi vì bạn nhận ra trong khoảnh khắc nhận thức trung thực rằng bạn thật sự dễ bị tổn thương khi sống trên bề mặt của thế giới mình, bị phơi bày trước vũ trụ và không phòng thủ.

Hãy suy nghĩ một chút nếu bạn là một chủng loài khác đến thăm thế giới của bạn và bạn muốn đơn giản quan sát hành vi của con người. Hãy chỉ quan sát mà không can thiệp. À, bạn có thể nhìn xuống vào mọi thứ. Mọi thứ đều ở đó. Hoạt động của con người, sự tham gia của con người, xung đột con người, mối quan hệ con người, công nghệ con người, liên lạc con người—tất cả đều ở đó cho người quan sát kín đáo.

Vì vậy, rất quan trọng để hiểu tại sao mọi người sợ hãi. Nỗi sợ về thực tế về sự tiếp xúc thì ăn sâu. Nhiều người có quan điểm huy hoàng rằng họ ở đỉnh cao của tạo hoá của Chúa, rằng tôn giáo của họ được xây dựng trên sự ưu việt của tâm linh con người và danh tính con người. Điều gì sẽ xảy ra khi họ phát hiện ra rằng nhân loại là một chủng loài nhỏ đang tiến hóa trong Cộng Đồng Vĩ Đại của sự sống thông minh? Và chủng loài này thật sự là rất yếu ớt, chia rẽ và không quan trọng trong sự rộng lớn của Tạo Hoá!

Các quan điểm tôn giáo của con người không thể chấp nhận kiểu nhận thức này. Nhiều quan điểm đã bị xói mòn rồi bởi những khám phá khoa học cho thấy rằng vũ trụ không xoay quanh thế giới này, rằng thế giới này chỉ là một hành tinh nhỏ xoay quanh một ngôi sao không quan trọng trong một thiên hà rộng lớn giữa nhiều thiên hà. Vậy sự ưu việt của con người nằm ở đâu? Bạn là ai trong vũ trụ? Bạn có thật sự quan trọng đối với bất cứ ai hay bất cứ điều gì không?

Chúng tôi đang đặt ra những câu hỏi này để đưa bạn vào trong cốt lõi của sự căng thẳng của bạn bởi vì bạn phải đối mặt với điều này bên trong bản thân. Việc không thể hoặc không sẵn sàng làm điều này thật sự là nguồn gốc của sự ngu ngốc và giả định của con người về vị trí của nhân loại trong vũ trụ và về thực tế của Sự Can Thiệp bởi người ngoài hành tinh đang xảy ra trong thế giới ngày hôm nay.

Mọi người nói, "À, không có Sự Can Thiệp nào đang xảy ra ở đây. Thật nực cười! Đó đều là ảo tưởng của những người nào đó và việc họ cần sự chú ý hoặc họ buồn chán hay thứ gì khác." Bạn thật sự đang nghe thấy gì ở đây ngoài cái cớ? Đây là cách ai đó xoa dịu bản thân khỏi việc cảm thấy thật sự căng thẳng.

Nếu bạn có thể xem xét điều này một cách hợp lý và khách quan, bạn sẽ nói, "À, tất nhiên chúng ta sẽ bị viếng thăm vào lúc nào đó! Ý tôi là, nếu có sự sống thông minh trong vũ trụ, ai đó ngoài kia phải biết rằng chúng ta tồn tại ở đây." Và nếu bạn không bị giới hạn bởi những hạn chế của khoa học loài người, điều đó mở ra cánh cửa đến nhiều khả năng hơn.

Nếu bạn có thể hỏi những câu hỏi này, bạn có thể tự nghĩ: "Vâng, tất nhiên là loài người sẽ bị tiếp xúc. Vâng, tài nguyên của chúng ta sẽ bị xem xét kỹ. Vâng, thế giới chúng ta sẽ bị đánh giá. Vâng, có những thế lực khác trong vũ trụ mà có lẽ sẽ muốn thế giới chúng ta trở thành một phần của tổ chức của họ. Và vâng, họ sẽ muốn lợi dụng nơi xinh đẹp này theo một cách thực tế nào đó."

Bạn thấy đấy, những nhận xét này là quá hiển nhiên. Những suy đoán này, nếu bạn muốn gọi chúng như thế, là có lý, nhưng mọi người sẽ không xem xét chúng. Họ sẽ không đối mặt với chúng bởi sự căng thẳng của họ, bởi sự sợ hãi của họ. Thật vậy, thực tế của sự sống trong vũ trụ, sự chạm trán với sự sống trong vũ trụ cùng với chính Sự Can Thiệp đại diện cho thực tế bị phủ nhận nhiều nhất trên thế giới ngày hôm nay. Con người sẽ nghĩ, "Nó không quan trọng. Tôi có công việc của mình. Tôi có gia đình của mình. Tôi có, bạn biết đấy, những vấn đề hàng ngày của riêng mình. Ý tôi là, tại sao nó lại quan trọng đối với tôi?" Bạn đang nói gì vậy? Nếu có Sự Can Thiệp đang xảy ra trong thế giới, bạn nghĩ rằng nó không liên quan đến bạn và đến cuộc sống của bạn và đến những gì sẽ xảy ra với bạn à?

Bạn có thấy ở đây không? Đây là "tư duy theo chủ nghĩa cô lập." Những Bài Tóm Tắt của Đồng Minh nhấn mạnh thực tế rằng sự cô lập của nhân loại đã kết thúc! Nhưng tư duy theo chủ nghĩa cô lập vẫn tiếp tục, không suy giảm. Trừ khi bạn trực tiếp gặp các lực lượng từ Cộng Đồng Vĩ Đại khi cuộc sống của bạn bị xáo trộn hoặc rối loạn theo cách nào đó, à, thì bạn sẽ chỉ tiếp tục suy nghĩ theo cách bạn đã luôn nghĩ, sống dựa trên những giả định mà bạn đã luôn sống dựa trên, không chú ý đến những thực tại lớn lao đang định hình cuộc sống và số phận của bạn. Và làm sao Chúa có thể chạm tới bạn để bảo bạn trở nên tỉnh táo và nhận thức, để khiến bạn phản ứng với những thực tế lớn lao đang thay đổi cuộc sống và số phận của bạn?

Con người thích ý tưởng về một vị Chúa ngoài kia mà sẽ ném cho họ phao cứu hộ khi họ chìm, nhưng ý tưởng rằng Chúa sẽ can thiệp vào cuộc sống họ và chỉ cho họ thấy điều gì đó mà họ thật sự không muốn nhìn thấy, à, thì đó thật sự là một thử thách đức tin, phải không? Đó chính xác là những gì đang xảy ra ngày hôm nay. Đó là lý do tại sao giáo huấn về Thánh Linh trong Cộng Đồng Vĩ Đại đang ở trong thế giới bởi vì đây là thông điệp của Chúa để cảnh báo nhân loại về thực tại lớn lao này và để chuẩn bị cho nhân loại. Nhận thức là không đủ. Nếu nhận thức tạo ra chủ yếu sự căng thẳng và sợ hãi, thì mọi người sẽ không biết phải làm gì. Họ sẽ nói, "Lạy Chúa tôi! Chúng ta phải làm gì?" Và họ không biết phải làm gì bởi vì họ chưa bao giờ phải trực tiếp đáp lại điều này trước đó. Đó là lý do tại sao thông điệp của Chúa mang với nó sự chuẩn bị để con người có thể bắt đầu suy nghĩ như họ đang sống trong một Cộng Đồng Vĩ Đại. Khi đó họ có thể bắt đầu nhận thức rằng có những thực tế Cộng Đồng Vĩ Đại ngoài kia mà sẽ có tác động trực tiếp lên họ, cuộc sống của họ và thế giới của họ.

Sự chuẩn bị phải trao cho bạn nhận thức và ý thức lớn lao này, sự nhạy cảm này. Nếu không, bạn giống như một đàn kiến trên cánh đồng sắp bị cày xới. Và đàn kiến tội nghiệp không biết gì về những gì sắp xảy ra. Cho đến thời điểm hủy diệt của chúng, à, cuộc sống sẽ như luôn vậy.

Nhưng bạn không phải là con kiến, và bạn có nhận thức. Bạn có thể xem xét tương lai, và bạn có thể nghĩ về những thứ nằm ngoài phạm vi nhìn thấy của bạn. Và bạn có thể xem xét việc bản thân đang sống trong một phạm vi lớn hơn của sự sống, cả bên trong thế giới và bên ngoài thế giới trong Cộng Đồng Vĩ Đại. Khi bạn phát triển nhận thức Cộng Đồng Vĩ Đại này, bạn bắt đầu thấy rằng thế giới mình là một nơi rất đặc biệt, với những đặc tính tuyệt vời. Và bạn có thể nghĩ, "À, tất nhiên những loài khác sẽ quan tâm đến hành tinh của chúng ta. Và quan tâm đến chúng ta, không phải bởi vì chúng ta tuyệt vời nhưng bởi vì chúng ta là người quản lý nơi này. Chúng ta kiểm soát thế giới này." Và bạn sẽ bắt đầu suy nghĩ rất, rất khách quan về hoàn cảnh của mình ở đây.

Tuy nhiên, ngay cả những người khẳng định là khách quan và khoa học trong quan điểm của mình vẫn thật sự bị điều khiển bởi sự sợ hãi và căng thẳng cơ bản này và vẫn đang sống dưới sự phủ nhận chung về thực tế rằng thế giới đang bị viếng thăm và Sự Can Thiệp đang xảy ra. Họ đang ở trong một trạng thái phủ nhận đến mức mà họ thậm chí sẽ không xem xét nó. Họ sẽ không đến gần nó. Thông tin, bằng chứng, thì ở khắp nơi, nhưng họ thậm chí sẽ không đến gần nó. Họ sẽ chỉ nói, "Ồ, không, không. Đó chỉ là sự ngu ngốc. Đó chỉ là những người bất an đang cố gắng thu hút sự chú ý."

Họ phủ nhận. Họ nghĩ rằng họ đang có lý, nhưng thật sự họ đang quá vô lý. Họ đang ủng hộ và củng cố sự ngu ngốc của chính mình và sự ngu ngốc của người khác. Và ngay cả khi họ không thể chấp nhận rằng Sự Can Thiệp đang xảy ra, à, viễn cảnh về sự sống trong vũ trụ vẫn là một hành trình kỳ diệu, lãng mạn đối với họ. Nó giống như điều gì đó mà bạn mơ về theo cách hào nhoáng nhất. "Ồ, chúng ta sẽ gặp những chủng loài tiên tiến mà sẽ cung cấp cho chúng ta rất nhiều công nghệ và khai sáng chúng ta về cách sống trong hòa bình và vân vân." Đây đều là sự ngu ngốc! Họ không biết gì về những gì đang xảy ra ngoài kia trong vũ trụ.

Nếu những người có lý này được trao cho quan điểm về Cộng Đồng Vĩ Đại, mà giáo huấn trong Thánh Linh Cộng Đồng Vĩ Đại cung cấp, lạy Chúa tôi! Nó chạm đến sự sợ hãi và căng thẳng cốt lõi đó. Và họ cảm thấy trong khoảnh khắc đó rằng họ dễ bị tổn thương như thế nào, họ không được phòng vệ như thế nào, họ không được chuẩn bị như thế nào. Và bạn nhìn vào mọi người, và họ không biết tí gì. Và họ không muốn biết gì. Và bạn nhìn vào thế giới mình, và bạn nói, "Lạy Chúa tôi! Chúng ta có thể bị chiếm đóng mà không hề hay biết!"

Nếu bạn không có sự chuẩn bị trong Thánh Linh Cộng Đồng Vĩ Đại, nếu bạn không thể đi đâu với nhận thức này, thì có thể sẽ đầy choáng ngợp vì bạn sẽ nghĩ rằng bạn không có sự trợ giúp. Đó như thể nhân loại, giống như một bộ lạc bản địa ngây thơ và không nghi ngờ, chỉ đang chờ bị chiếm đóng bởi loài khác.

Rồi thì, dĩ nhiên, có vấn đề với giả định rằng công nghệ tương đương với sự cứu rỗi. Điều này đang trở thành một tôn giáo hiện đại trong nhiều nền văn hóa trên thế giới. Các quốc gia phát triển ngày càng tin rằng công nghệ thật sự là cứu cánh của họ. Có vấn đề? À, công nghệ sẽ giải quyết nó. Có điều gì đó chúng ta không thể hiểu được? À, công nghệ sẽ vượt qua nó. Có một tình huống có thể xảy ra mà chúng ta chưa chuẩn bị? À, công nghệ sẽ đáp lại thách thức. "Chúng ta sẽ đáp lại thách thức với công nghệ của mình vào phút chót." Có một kiểu niềm tin không được nghi vấn rằng công nghệ sẽ cứu bạn, bất kể điều gì có thể xảy ra—công nghệ trộn lẫn với sự sáng tạo của con người. Và cho dù tình huống có thể áp đảo đến đâu, à, sự sáng tạo cộng với công nghệ cuối cùng sẽ chiến thắng vào phút chót.

Liệu bạn có thể thấy được rằng đây đều là một phần của sự phủ nhận không? Đó chỉ là suy nghĩ đầy mơ mộng. Về Cộng Đồng Vĩ Đại, đó thật sự là suy nghĩ mơ mộng. Bạn nghĩ rằng nhân loại sẽ tạo ra câu trả lời mang tính công nghệ đáp lại sự hiện diện của các lực lượng Cộng Đồng Vĩ Đại mà có thể muốn hành tinh bạn cho riêng họ à? Chúng tôi đảm bảo với bạn rằng không phải ở cấp độ công nghệ mà bạn sẽ có thể chống lại sự hiện diện này và những ảnh hưởng này. Đối mặt với một chủng loài có lẽ đi trước bạn cả nghìn năm về công nghệ, bạn nghĩ rằng bạn sẽ tạo ra sự khác biệt trong vài năm tới à?

Hãy xem xét điều này: Câu trả lời sẽ không xảy ra ở cấp độ công nghệ. Nó sẽ xảy ra ở cấp độ của tâm trí và ý thức. Những người đang can thiệp vào thế giới ngày hôm nay rất quan tâm đến việc bảo tồn các nguồn tài nguyên của thế giới và về việc duy trì sự hiện diện của con người ở đây như lực lượng lao động. Họ không thể dùng một mình công nghệ để đạt được điều này. Vâng, công nghệ của họ thì hữu ích trong việc vô hiệu hóa ai đó mà họ có thể muốn bắt cóc để điều tra. Tuy nhiên, nếu họ áp đặt công nghệ của mình lên thế giới bạn, họ sẽ phá hủy tài nguyên của thế giới và tiêu diệt sự hiện diện của con người ở đây, và họ không thể làm điều đó. Vì vậy, họ phải sử dụng chính các cách thức mà bạn có thể chống lại.

Tuy nhiên ở đây chúng ta lại gặp sự sợ hãi vì con người nhận ra rằng khi không có công nghệ của họ, không có hy vọng và niềm tin rằng công nghệ sẽ chiến thắng và không có trí tuệ con người mà có thể giải quyết vấn đề, họ quay trở lại nơi rất dễ bị tổn thương này một lần nữa. Nhưng chúng tôi không đang nói về trí tuệ ở đây. Không phải ở cấp độ trí tuệ mà nhân loại có thể chống lại sự hiện diện này và củng cố bản thân nó trong Cộng Đồng Vĩ Đại. Trí tuệ đóng một vai trò rất quan trọng về mặt công nghệ và trong những dạng giải quyết vấn đề nào đó. Nhưng trong tình huống này, cần có một nhận thức sâu hơn.

Thật vậy, một số người trí tuệ thông thái nhất của bạn hoàn toàn phủ nhận Sự Can Thiệp và nghĩ rằng sự sống trong vũ trụ là một khả năng xa vời. Và bạn tự hỏi bản thân, "À, nếu họ thật thông thái và biết nhiều như vậy, tại sao họ lại không thể cảm thấy sự hiện diện này trong thế giới ngày hôm nay? Tại sao họ không thể đối mặt với điều này như một khả năng và nghiên cứu bằng chứng thay vì liền gạt bỏ nó? Nếu con người thông minh như vậy, tại sao họ có thể ngu ngốc như vậy?" Sự thiếu hiểu biết là một chuyện. Sự thiếu hiểu biết có thể được bù đắp bằng cách thu thập thông tin và quan điểm. Nhưng đây không chỉ là sự thiếu hiểu biết. Đây là sự kiêu ngạo. Đây là giả định rằng bạn biết sự sống là gì trong vũ trụ. Lạy Chúa tôi! Nhân loại biết sự sống là gì trong vũ trụ à? Lạy Chúa tôi! Nhân loại rất xa khỏi việc biết được sự sống là gì trong vũ trụ, thật là thảm hại!

Vì niềm tin vô căn cứ vào công nghệ như nguồn cứu rỗi con người, nhiều người nghĩ rằng, à, nhiều hơn công nghệ có nghĩa là nhiều hơn sự cứu rỗi. Và họ nghĩ rằng các chủng loài tiên tiến về công nghệ đã tiến hoá vượt qua việc trục lợi và tranh cãi và mưu mẹo. Họ nghĩ rằng các chủng loài tiên tiến về công nghệ thì không có xung đột và những chủng loài này đã vượt qua những vấn đề kinh niên mà nhân loại vẫn phải đối mặt. Thật là một giả định nực cười! Bạn có công nghệ ngày hôm nay mà tổ tiên của bạn một trăm năm trước thậm chí không thể tưởng tượng được. Nhưng bản thân bạn có đã vượt qua những vấn đề này chưa?

Vì vậy, đừng tìm đến chuyên gia để trao cho bạn câu trả lời. Bạn phải tự tìm câu trả lời vì chuyên gia có thể không biết và có thể không muốn biết. Hãy nhớ rằng họ cũng là con người giống như bạn và họ có những ngưỡng cửa sợ hãi và căng thẳng của riêng họ mà họ có thể không sẵn sàng đối mặt.

Theo một cách nào đó, Sự Can Thiệp là điều thử thách nhất có thể xảy ra với nhân loại. Một phần của trở ngại hoặc điểm yếu của nhân loại ở đây là giả định của nó rằng nó thật sự hiểu được sự sống, rằng nó thật sự biết được những gì đang xảy ra trong vũ trụ, rằng nó hiểu được ai có thể du hành, ai không thể du hành và mất bao lâu để đi đến các hành tinh. Nó cho rằng sự hiểu biết của con người thiết lập tiêu chuẩn cho mọi hiểu biết trong vũ trụ. Đây là sự kiêu ngạo của con người, mà hỗ trợ và củng cố sự thiếu hiểu biết của con người.

Được trình bày trong Giáo Huấn về Thánh Linh trong Cộng Đồng Vĩ Đại, và được trình bày rất rõ ràng trong thông điệp từ Đồng Minh của Nhân Loại, rằng sự sống trong vũ trụ là đầy thử thách, khó khăn và cạnh tranh. Và nếu bạn tiếp cận sự sống trong vũ trụ một cách lãng mạn hoặc nếu bạn từ chối nó hoàn toàn, thì bạn đang làm việc này với rủi ro vĩ đại.

Điều thật sự cần xảy ra ở đây chính là sự chuyển đổi mới trong nhận thức của con người và việc học của con người. Đó như thể bạn đã chạm đến ngưỡng cửa vĩ đại này và phải có một mô hình hoàn toàn mới trong hiểu biết. Không chỉ đơn giản là bạn đang xây dựng dựa trên sự hiểu biết trong quá khứ, cộng thêm một tính năng khác hoặc một chiều hướng khác vào nhận thức của con người. Thật sự là bạn phải thực hiện một bước nhảy vọt ở đây. Đây là bởi vì hiểu biết của con người vẫn còn dựa vào cách nhìn về vũ trụ với loài người là trọng tâm, với nhân loại là trung tâm của mọi thứ và niềm tin không được nghi vấn rằng sự sống trong vũ trụ vận hành dựa theo các giá trị và lý tưởng của con người.

Đối với nhiều người, vẫn còn ý kiến này rằng Chúa chủ yếu quan tâm đến nhân loại như là trung tâm của Tạo Hoá và rằng mọi thứ khác chỉ là bức nền cho vở kịch con người lớn lao này. Hãy nhìn vào các tôn giáo của bạn. Chúng có thật sự được trang bị để đối phó với thực tế của Cộng Đồng Vĩ Đại không? Hãy để tôi trao cho bạn ví dụ tương đồng này: Có những bộ lạc bản địa đã bị chiếm đoạt và các nền văn hóa đã bị hấp thụ và bị phá hủy vô số nơi trong thế giới của bạn trong 500 năm qua. Nó vẫn đang xảy ra ngày hôm nay. Họ có tôn giáo của họ, mà có thể rất bao quát. Nhưng tôn giáo của họ thường không bao gồm thực tế của cuộc sống con người bên ngoài biên giới của họ, điều này đặt họ vào tình thế rất dễ bị tổn thương bởi vì họ thật sự không biết cách ứng phó khi đối mặt với Sự Can Thiệp.

So với Cộng Đồng Vĩ Đại, tiền đồn của nhân loại trong thế giới này giống như một ngôi làng nhỏ trong rừng rậm. Và khi ngôi làng này phải đối mặt với những thế lực đến để tìm kiếm lợi thế, nó có thể làm gì? À, thú vị là nó thật sự có thể làm được rất nhiều điều. Điều đầu tiên là trở nên có nhận thức về Sự Can Thiệp và đối mặt với sự sợ hãi và căng thẳng của chính bạn. Cần thiết ở đây để thấy bạn không được chuẩn bị ra sao, bạn dễ bị tổn thương ra sao và ngay cả bạn có thể dễ dàng bị thuyết phục ra sao để nghĩ và tin rằng những vị khách đang ở đây cho lợi ích của bạn. Đây là ngưỡng cửa đầu tiên, ngưỡng cửa mà rất tiếc là nhiều người sẽ không vượt qua được. Họ sẽ rút lui hoặc phủ nhận hoặc phủ một quan điểm rất được ưa thích trên toàn bộ vấn đề. Ngưỡng cửa đầu tiên là để nhận ra tình cảnh của bạn. Ngay cả khi Sự Can Thiệp không xảy ra vào thời điểm này, bạn biết rằng nó sẽ xảy ra lúc nào đó.

Bạn thấy không, thật thú vị. Con người có quan niệm huy hoàng của mình về sự sống thông minh trong vũ trụ và công nghệ tiên tiến và các chủng loài vị tha khác đang trôi nổi ngoài kia. Tuy nhiên điều mà con người sợ nhất là rằng họ sẽ chạm trán những loài khác giống họ, nhưng quyền lực hơn. Điều gì mà con người thật sự sợ liên quan đến viễn cảnh chạm trán với sự sống thông minh từ ngoài thế giới? Họ sợ rằng họ sẽ gặp chính mình. Có lẽ trong một hình hài khác. Có lẽ những vị khách sẽ trông khác và sử dụng một ngôn ngữ khác và cách thức giao tiếp khác. Nhưng điều mà con người thật sự sợ hãi, điều mà thậm chí không ai có thể nói đến, đặc biệt là trong các nhóm giác ngộ, là thực tế rằng họ sẽ gặp chính mình.

Đây không phải để ngụ ý rằng những vị khách của bạn là loài người hoặc sự sống thông minh vận hành dựa theo lý tưởng và niềm tin của con người. Điều chúng tôi thật sự đang nói với bạn ở đây, và điều bạn phải thích nghi, đó là bạn sẽ gặp những sinh loài được thúc đẩy bởi cùng những nhu cầu thúc đẩy bạn.

Cộng Đồng Vĩ Đại của sự sống nơi bạn sống là một môi trường rất cạnh tranh. Bạn có thể thấy được sự cạnh tranh này trong thế giới của riêng bạn. Bạn có thể thấy nó trong thế giới tự nhiên. Bạn có thể thấy nó ở cấp độ của thực vật và động vật. Tuy nhiên Cộng Đồng Vĩ Đại là một môi trường cạnh tranh ở quy mô mà bạn thậm chí không thể hiểu được. Điều này có nghĩa là tất cả những ai ở trong môi trường đó, đặc biệt những loài là thành viên tích cực trong giao dịch và thương mại, phải tìm tài nguyên và đạt được liên minh với các quốc gia khác và thường cố gắng thuyết phục các quốc gia đó tham gia vào liên minh với họ.

Nhu cầu về tài nguyên không kết thúc bởi vì công nghệ. Công nghệ không kết thúc những nhu cầu cơ bản của cuộc sống. Nó chưa kết thúc cho bạn và cũng chưa kết thúc cho bất cứ ai trong vũ trụ. Vâng, nó giải phóng bạn khỏi những hoạt động cơ bản nào đó, nhưng nó tạo ra sự phức tạp hơn. Bạn có thể không cần phải đi ra ngoài săn bắt và đánh cá để kiếm thức ăn, hoặc trồng trọt, nhưng bạn phải đi làm. Bạn phải duy trì một cuộc sống phức tạp hơn nhiều để có thể mua đồ ăn mà bạn cần ăn. Công nghệ đã giải phóng bạn khỏi việc săn bắt và hái lượm và đã giải phóng bạn khỏi nông nghiệp cơ bản, nhưng nó chưa giải phóng bạn khỏi nhu cầu về tài nguyên. Thật vậy, nó đã khiến cho cuộc sống của bạn trở nên phức tạp và thú vị hơn, nhưng theo những cách khác, khó khăn hơn và căng thẳng hơn.

Sự sống trong vũ trụ cũng vậy. Mọi người đều phải ăn. Mọi người đều phải duy trì những gì họ đã tạo ra. Mọi người đều phải đối phó với các sự sống thông minh khác mà có thể đang cạnh tranh hoặc tranh giành cho các tài nguyên cơ bản. Bạn nghĩ rằng một quốc gia tiên tiến trong vũ trụ không có nhu cầu vĩ đại về tài nguyên à?

Khi các quốc gia hoặc tổ chức trở thành lớn hơn, chúng sẽ trở nên hạn chế hơn về tự do cá nhân đối với các thành viên của chúng, và nhu cầu về trật tự và sự tuân thủ sẽ càng lớn hơn. Đó là lý do tại sao trong vũ trụ, các quốc gia thật sự tự do lại nhỏ bé và cô lập. Công nghệ của họ đã mang lại cho họ lợi thế, nhưng họ phải bảo vệ nó và giấu kín nó.

Đó giống như bạn có một triệu đô la và đi chợ với một triệu đô la của mình. À, thật là một cú sốc. Bây giờ mọi người đều là bạn của bạn. Bây giờ mọi người đều muốn mời bạn đầu tư vào nỗ lực của họ, vào dự án của họ, hoặc họ cần sự giúp đỡ tài chính của bạn vì họ đang gặp khó khăn. Nếu nhân loại có thể du hành ra khỏi biên giới của mình và mang những động lực và sáng kiến lớn lao của mình vào trong vũ trụ, đó giống như một nữ nội trợ bé nhỏ có một triệu đô và đi ra chợ. Bạn sẽ không trụ được lâu.

Bạn thấy không, thực tế này của sự sống, mà rất bị phủ nhận, là điều phải được đối mặt. Bạn sẽ gặp ai trong vũ trụ? Bạn sẽ gặp những loài khác giống bạn. Không hoàn toàn giống bạn. Không nhìn giống bạn hoặc nói chuyện giống bạn hay ăn mặc giống bạn. Nhưng họ giống như bạn về nhu cầu của họ. Và những nhà thăm dò tài nguyên trong vũ trụ không phải là những loài được khai sáng về mặt tâm linh.

Vì vậy, cần thiết để chống lại nhiều giả định và niềm tin, ảo tưởng và thần thoại thịnh hành, bởi vì nếu không thì bạn không thể đối mặt với hoàn cảnh. Và nếu bạn không thể đối mặt với hoàn cảnh, nó sẽ áp đảo bạn. Con người cầu nguyện với Chúa cho sự dẫn dắt, cho sức mạnh, cho sự can đảm và cho hòa bình, và Chúa gửi đến Thánh Linh Cộng Đồng Vĩ Đại như sự chuẩn bị. Và con người nói, "Cái gì đây? Tôi đã không yêu cầu cái này! Tôi làm gì với cái này? Nó không thích hợp!" Bạn không biết điều gì là thích hợp. Những gì bạn nghĩ là thích hợp có thể là quan trọng đối với cá nhân bạn, nhưng nó sẽ không bảo vệ nhân quyền của bạn và tự do của bạn trong tương lai.

Sự chạm trán của nhân loại với sự sống thông minh trong vũ trụ không phải là sản phẩm của những chuyến du hành của con người vào trong vũ trụ hay khoa học của con người hay triết học của con người hay tôn giáo của con người. Nó là kết quả của Sự Can Thiệp. Nó là kết quả của những chủng loài khác đang đến đây để bảo tồn thế giới cho bản thân họ, tin rằng nhân loại sẽ hủy hoại thế giới trong các cuộc xung đột của nó, rằng nhân loại sẽ hủy hoại các nguồn tài nguyên quý giá của thế giới.

Hãy suy nghĩ về điều này. Đây là cách mọi người sẽ phản ứng. Nếu, giả dụ như, các quốc gia phát triển trên thế giới tìm thấy một bộ lạc nhỏ nào đó ở nơi hẻo lánh trong rừng mà đang ngồi trên hàng tấn vàng hoặc các loại khoáng sản khác, hoặc có những khu rừng rộng lớn đầy gỗ có giá trị, bạn nghĩ rằng các quốc gia tiên tiến sẽ không can thiệp à, đặc biệt nếu họ cảm thấy những nguồn tài nguyên này đang bị lãng phí? Hoặc nếu người bản địa đang chặt hết cây vì họ thích ánh sáng mặt trời hoặc họ muốn tự trồng thực phẩm của mình thì sao? À, các quốc gia của thế giới sẽ ở đó làm mọi cách họ có thể để có được tài nguyên, dù hợp pháp hay bất hợp pháp. Đó là những gì các quốc gia con người sẽ làm. Bạn nghĩ rằng họ sẽ ngồi yên và để mặc cho người bản xứ tàn phá hay bỏ bê những gì họ có à? Dĩ nhiên là không. À, nếu vùng đất đó không có giá trị gì đối với các quốc gia hùng mạnh, được thôi, hãy trao cho họ biệt khu của họ. Nhưng nếu họ đang ngồi trên 100 triệu đô la vàng, nó sẽ không là biệt khu.

Thế giới của bạn được nhìn như vậy bởi những vị khách của bạn và những loài khác trong vũ trụ mà nhìn thấy thế giới nhỏ quý giá này và chủng loài khá hủy diệt này đang phá hủy tài nguyên thiên nhiên của nó và vi phạm quy luật tự nhiên của nó. Bạn nghĩ rằng điều này sẽ không tạo ra Sự Can Thiệp à? Một số người nghĩ, "À, tất nhiên, họ sẽ đến và xin phép để ở đây và các quốc gia của chúng ta, các chính phủ của chúng ta sẽ đặt ra thỏa thuận." Lạy Chúa tôi! Bạn đang đùa à? Thay vào đó điều sẽ xảy ra là những chủng loài can thiệp đó sẽ thành lập một kế hoạch can thiệp và hội nhập vì họ muốn bảo tồn lực lượng lao động con người. Họ không thể sống trong thế giới của bạn. Họ sẽ để bạn làm toàn bộ công việc. Hãy để người bản địa khai thác vàng. Giống như những gì đã xảy ra trong thế giới của bạn. Bạn nghĩ rằng cần phải có sự cho phép của người bản xứ à? À, có thể họ sẽ tìm ra cách để dụ bạn cho phép, nhưng họ sẽ có được những gì họ muốn. Trong hoàn cảnh của bạn trong thế giới ngày hôm nay, những vị khách của bạn sẽ có được những gì họ muốn trừ khi bạn ngăn chặn họ. Và cách bạn sẽ ngăn chặn họ không đơn thuần bằng việc sử dụng công nghệ. Đó là bằng trí thông minh và bằng sự khôn ranh. Và bằng sự hợp tác trong gia đình loài người.

Bước đầu tiên trong việc chống lại Sự Can Thiệp là nhận thức, nhưng nhận thức thật sự là một ngưỡng cửa lớn bởi sự sợ hãi, căng thẳng và lý tưởng đã bị tan vỡ của con người. Liệu bạn có thể đối mặt với sự sợ hãi của chính mình không? Liệu bạn có thể đối mặt với sự dễ bị ảnh hưởng của chính mình không? Liệu bạn có thể đối mặt với việc có lẽ bạn đã thật sự sai lầm trong đánh giá của mình về tình cảnh, nếu bạn đã suy nghĩ về nó? Mọi người có thể nói, "À, okê, chúng tôi hiểu về việc nhận thức. Bây giờ tiếp theo là gì?" Ha! Họ không thấy rằng nhận thức là thật sự lớn!

Bước tiếp theo là bạn phải tạo ra một quan điểm Cộng Đồng Vĩ Đại trong cách bạn nhìn nhận bản thân và trong cách bạn nhìn thế giới của mình. Bạn nghĩ rằng nhân loại sẽ hủy hoại tài nguyên thế giới nếu nó có thể nhận ra rằng việc bảo tồn và duy trì những tài nguyên này chính là điều sẽ bảo tồn tự do loài người trong tương lai à? Nếu nhân loại đánh mất khả năng của mình để duy trì bản thân và trở nên phụ thuộc vào các thế lực bên ngoài không chỉ cho công nghệ tiên tiến mà thậm chí còn cho những nguồn tài nguyên cơ bản, thì bạn sẽ đánh mất tự do của mình.

Có lẽ bạn có thể nói, "Ồ, tôi không tin. Chúng tôi sẽ không đánh mất tự do của mình." Nhưng nếu bạn suy nghĩ về điều này một cách khách quan, thì bạn sẽ thấy rằng bạn sẽ đánh mất tự do của mình. Dù công khai hay tinh vi, bạn sẽ trở nên phụ thuộc vào các chủng loài khác trong vũ trụ, và họ sẽ quyết định các điều khoản tương tác. Họ sẽ kiểm soát thế giới của bạn. Tuy nhiên bởi vì họ không muốn tạo ra cuộc cách mạng loài người, họ sẽ cố gắng điều khiển thế giới của bạn theo cách dễ chấp nhận để con người bị điều khiển. Đó là lý do tại sao Sự Can Thiệp đang diễn ra ngày hôm nay là rất mưu mô và được tiến hành rất cẩn thận theo thời gian. Nếu họ đến đây bằng vũ lực, con người sẽ phản ứng và sẽ có chiến tranh khổng lồ và tài nguyên thế giới sẽ bị phá huỷ một cách nghiêm trọng. Sẽ không có lực lượng lao động con người nào ở đây mà sẽ sẵn sàng hoặc có thể giúp các chủng loài can thiệp, và toàn bộ dự án sẽ bị hủy hoại.

Bạn phải đạt được quan điểm của Cộng Đồng Vĩ Đại. Bạn là một con người đang sống trong thế giới này. Thế giới này không được bảo vệ. Nó có giá trị. Nó được mong muốn bởi các loài khác. Sự Can Thiệp của các chủng loài khác sẽ tăng lên theo thời gian. Bạn sẽ bảo vệ biên giới mình bằng cách nào? Làm thế nào bạn sẽ có thể xác định ai đang ở đây và tại sao họ đang ở đây và họ đang làm gì? Điều này không thể là đặc quyền của các nhóm bí mật và các chính phủ bí mật.

Nhân loại phải lớn lên và thoát khỏi mối bận tâm trẻ con của nó với bản thân. Nó phải thoát khỏi những ảo tưởng thiếu niên của mình về bản thân và về cuộc sống và trở nên thực tế. Nếu không, Sự Can Thiệp sẽ tiếp tục, và thế giới của bạn sẽ dần bị điều khiển bởi các thế lực bên ngoài. Và rồi bạn sẽ đi đâu với những lời than phiền của mình, sự phản đối của mình và sự phẫn nộ của mình? Chính vì lý do đó mà việc đạt được nhận thức và quan điểm Cộng Đồng Vĩ Đại là thiết yếu vì nếu không có những thứ này, bạn thậm chí không thể thực hiện bước tiếp theo.

Bước thứ ba là học về môi trường tinh thần. Môi trường tinh thần là phạm vi ảnh hưởng. Con người biết rất ít về nó, nhưng nó rất quan trọng trong các tương tác của Cộng Đồng Vĩ Đại, đặc biệt giữa các chủng loài hoặc tổ chức cạnh tranh với nhau. Họ phải dành rất nhiều thời gian để cố gắng nhận biết đối phương sẽ làm gì và cố gắng ảnh hưởng lên đối phương theo những cách tinh tế. Điều này không xảy ra thông qua công nghệ nhiều như nó xảy ra thông qua ý thức, thông qua nhận thức, thông qua việc phóng chiếu suy nghĩ và thông qua các hoạt động xảo trá. Các đối thủ cạnh tranh thường có cùng công nghệ, vì vậy công nghệ không phải là lợi thế. Ưu điểm chính là sự xảo trá và thuyết phục. Bạn chưa thể nhìn thấy điều này vì bạn vẫn đang nghĩ như thể bạn đang sống trong cô lập và rằng vũ trụ được điều khiển bởi các nguyên tắc của con người. Bạn không muốn nghĩ về điều này vì bạn nhận ra rằng bạn không có những kỹ năng này. Và điều đó khiến bạn cảm thấy sợ hãi và dễ bị ảnh hưởng. Vì vậy bước thứ ba trong việc chuẩn bị là việc phát triển kỹ năng trong môi trường tinh thần. Bạn thật sự có thể học cách làm điều này, nhưng bạn phải có nhận thức và bạn phải có quan điểm của Cộng Đồng Vĩ Đại để bắt đầu.

Điều thứ tư thật sự phải được phát triển từ đầu là Tri Thức. Tri Thức là gì? Khi chúng tôi nói về Tri Thức, chúng tôi không nói về quan điểm hay chuỗi thông tin hay dữ liệu. Chúng tôi đang nói về khả năng biết—vượt khỏi sự lừa dối, vượt khỏi vẻ bề ngoài, vượt khỏi sự ưu thích cá nhân, vượt khỏi nỗi sợ và vượt khỏi sự phủ nhận. Khả năng để biết. Sự Can Thiệp đã tích cực diễn ra gần 50 năm rồi. Và những người tuyên bố đang nghiên cứu hiện tượng UFO, à, họ đã biết gì chưa, hay họ vẫn đang thu thập dữ liệu? "À, chúng tôi không muốn đưa ra bất kỳ kết luận sớm nào. Bạn biết đấy, điều này rất phức tạp và chúng ta có thể không bao giờ hiểu được nó!" Bạn đang nói gì vậy? Đây có phải là sự phủ nhận? Đây có phải là việc không sẵn sàng đưa ra kết luận? Hay là mọi người đơn giản không biết? Họ không thể nhìn thấy và cảm thấy điều này thật sự là gì sao? Sau 50 năm, họ không thể nhìn thấy và cảm thấy điều này thật sự là gì sao? Họ cần thêm bằng chứng? Lạy Chúa tôi! Bao nhiêu bằng chứng nữa? 50 năm bằng chứng nữa? Một trăm năm bằng chứng? 50 năm bằng chứng nữa, và lúc đó mọi thứ sẽ xong. Và kết luận mà bạn đưa ra sẽ là quá hiển nhiên.

Đó giống như một người trong cuộc hôn nhân 30 năm mà lẽ ra không bao giờ nên kết hôn, và họ tốn 30 năm để nhận ra rằng họ thật sự đã phạm sai lầm đâu đó trước đó, và họ thật sự đã nên đi theo những cảm xúc sâu thẳm của mình và không cưới người kia. Nhưng họ đã cố gắng khiến mọi chuyện ổn thỏa trong 30 năm qua.

Khi không có Tri Thức, bạn sẽ chỉ biết những gì người khác muốn bạn biết. Bạn sẽ chỉ nghĩ những gì người khác muốn bạn nghĩ—cho dù đó là cha mẹ bạn, nền văn hóa của bạn, nhóm xã hội của bạn, chính phủ của bạn, hay Cộng Đồng Vĩ Đại. Về cơ bản bạn sẽ giống như gia súc và bạn sẽ bị dẫn đi khắp nơi, từ đồng cỏ này sang đồng cỏ kia. Khi không có Tri Thức, môi trường tinh thần sẽ chế ngự bạn và lấn át bạn. Tri Thức là Tâm Trí Thánh Linh sâu thẳm bên trong bạn. Nó là phần duy nhất của bạn mà không bị ảnh hưởng bởi môi trường tinh thần. Nó là phần duy nhất của bạn mà không bị lừa dối và thao túng.

Bạn có muốn tự do cho chính mình không? Vậy thì bạn phải học con đường của Tri Thức. Nếu không, tự do là gì? Có nhiều tiền hơn? Làm việc ít hơn, có nhiều tiền hơn? Đó có phải là tự do không? Hãy nhìn vào những người giàu có mà không có tự do. Ồ, họ có rất nhiều tiền, và họ có thể đi bất cứ đâu họ muốn. Họ thậm chí không cần phải làm việc, một số người trong số họ. Họ có tự do không? Hay họ là nô lệ cho tiền bạc của mình và hoàn cảnh của mình và đặc quyền của mình và sở thích của mình và nỗi sợ của mình?

Thông điệp trong Những Bài Tóm Tắt của Đồng Minh Nhân Loại là về tự do. Và để có được tự do, bạn phải trở nên nhận biết về Sự Can Thiệp. Bạn phải đạt được quan điểm của Cộng Đồng Vĩ Đại. Bạn phải học về môi trường tinh thần và tác động của nó lên bạn. Và bạn phải phát triển trải nghiệm của mình về Tri Thức. Không có nhiều công nghệ ở đây mặc dù công nghệ có thể đóng một vai trò nhỏ trong tất cả những điều này.

Khi chúng tôi nói về việc học con đường của Tri Thức, chúng tôi không nói về việc chỉ phát triển trực giác. Điều đó là chưa đủ. Bạn phải thật sự kết nối với Tâm Trí Hiểu Biết bên trong bản thân, và đây không phải là một nhiệm vụ dễ dàng. Sẽ có nhiều người không sẵn lòng hoặc không thể làm điều này. Nhưng không phải tất cả mọi người phải làm điều này để nhân loại có thể lật ngược tình thế, để phát triển nhận thức Cộng Đồng Vĩ Đại và để bắt đầu xây dựng biên giới xung quanh thế giới của bạn.

Vũ lực không thể được dùng để chiếm đóng một hành tinh như hành tinh của bạn. Do đó, Sự Can Thiệp phải tinh tế. Nó phải lừa dối. Nó phải lan phủ. Nó không thể sử dụng vũ lực. Điều này là tốt cho bạn vì bạn không thể chống chọi nổi vũ lực. Và bạo lực sẽ phá hủy kết quả của những vị khách, nếu bạn có thể gọi họ là khách. Có nhiều lý do tại sao họ sẽ không sử dụng nó.

Đấng Tạo Hóa đã đáp lại nhu cầu vĩ đại này của nhân loại, một nhu cầu rất ít được nhận biết như là nhu cầu, bằng cách trình bày giáo huấn trong Thánh Linh Cộng Đồng Vĩ Đại. Giáo huấn này bao gồm thực tế của cuộc sống trong Cộng Đồng Vĩ Đại. Chưa bao giờ một giáo huấn như vậy được trao cho thế giới trước đây bởi vì nó đã không được cần trước đây. Đúng vậy, có nhiều giáo lý thánh linh nhấn mạnh con đường Tri Thức ở mức độ nào đó. Nhưng con đường Tri Thức trong Cộng Đồng Vĩ Đại chưa bao giờ được trao cho thế giới trước đây. Tuy nhiên, bạn cần nó ngay lúc này. Nó sẽ không thay thế các tôn giáo của thế giới mà thay vào đó trao cho chúng một phạm vi lớn hơn, một quan điểm lớn hơn, và một bối cảnh lớn hơn để trong đó tiếp tục phát triển, tồn tại và tiến hoá.

Tuy nhiên thật lạ rằng các nhà lãnh đạo tôn giáo của thế giới có lẽ sẽ là những người phản kháng nhiều nhất đối với việc học Thánh Linh của Cộng Đồng Vĩ Đại. Để bảo tồn truyền thống của họ, uy quyền của họ và quyền lực của họ, có lẽ họ sẽ phủ nhận chính thứ sẽ trao cho truyền thống của họ tương lai trong Cộng Đồng Vĩ Đại. Bởi vì khi không có tự do con người, sẽ không có tương lai. Khi không có quyền tự quyết của con người, sẽ không có tương lai. Và khi không có sự hiểu biết về Cộng Đồng Vĩ Đại, sẽ không có tương lai cho bất kỳ ai ở đây, dù sao thì cũng không phải là tương lai mà bạn có thể thích.

Bạn phải thấy được sự liên quan của điều này đối với bản thân. Tất cả những gì bạn muốn từ cuộc sống, tất cả những gì bạn muốn trở thành, làm và có, thì Sự Can Thiệp có thể lấy đi tất cả từ bạn. Bạn có định theo đuổi mục tiêu cá nhân của mình một cách vô tâm và mặc kệ mọi thứ khác, nói rằng nó không quan trọng?

Ngay cả giả sử như Sự Can Thiệp không xảy ra, thì sự suy thoái tài nguyên thiên nhiên của bạn và dân số thế giới ngày càng tăng cũng sẽ thay đổi những gì dành cho bạn. Một số người nói, "À, tôi sẽ đơn giản có được những gì tôi muốn, và tôi sẽ không lo lắng về bất cứ điều gì khác." Khi mọi người nghĩ như vậy, họ giống như con cào cào. Bị ném lên đất liền, chúng sẽ tiêu thụ mọi thứ trong tầm mắt. Và chúng sẽ để lại một mảnh đất hoang tàn và tiếp tục di chuyển cho đến khi không còn nơi nào để tới, và rồi tất cả chúng sẽ chết. Đây có phải là lời hứa cho sự tiến bộ của loài người? Giống như ký sinh trùng tiêu diệt vật chủ và khi vật chủ chết, tất cả chúng cũng chết theo?

Bây giờ, hầu hết mọi người sẽ nói, "Tất nhiên là không! Hoàn toàn không!" Nhưng nếu hành vi của họ là trục lợi, thì đây là một ví dụ tương đồng phù hợp. Thật thú vị, những loài đang can thiệp vào thế giới của bạn xem nhân loại như một kiểu thế lực hủy diệt trong thế giới mà sẽ phá hủy nơi tuyệt vời này. Thái độ của họ là, "Chúng ta sẽ vào đó và ngăn chặn họ. Và nếu họ không thể sử dụng thế giới của mình một cách hợp lý và bảo tồn nó, thì chúng ta sẽ cứu nó cho chính chúng ta. Họ có thể làm việc cho chúng ta." Đây chính là cách họ nghĩ. Đây là quan điểm của họ. Đây là cách bạn sẽ nghĩ nếu bạn ở trong vị trí của họ. Ngay cả với toàn thể chủ nghĩa lý tưởng lớn lao của nhân loại, bạn cũng sẽ nghĩ như thế này "Chúng ta sẽ không để họ phá hủy nơi này! Nếu họ không thể hưởng lợi từ nó, thì chúng ta sẽ hưởng lợi!" Đây chính xác là cách một chính phủ loài người sẽ phản hồi. Có lẽ đây là cách mà cá nhân bạn sẽ phản hồi.

Những loài đang can thiệp không phải là xấu xa. Họ chỉ nhìn nhận tình hình từ một góc độ nào đó. Họ không được hướng dẫn bởi Tri Thức hoặc tâm linh, nếu không họ sẽ không can thiệp ở đây.

Có những người trên thế giới muốn Sự Can Thiệp vì họ nghĩ rằng các chủng loài ngoài hành tinh ở đây bằng cách nào đó sẽ cứu nhân loại khỏi bản thân nó. Họ tin vào cùng quan điểm như các chủng loài ngoài hành tinh. Đôi khi họ tự đưa ra kết luận này. Đôi khi suy nghĩ này được khuyến khích thông qua Sự Can Thiệp. Nhưng kết quả là giống nhau—sự mất tự do và quyền tự quyết của con người, mà sẽ rất trọn vẹn. Nếu bạn suy nghĩ về điều này, bạn sẽ nhận ra rằng đây là tình huống tồi tệ nhất có thể xảy ra cho bạn.

Đây là lý do tại sao Đấng Tạo Hóa đang trao ban sự chuẩn bị cho Cộng Đồng Vĩ Đại. Đây là lý do tại sao nó phải được học và ghi nhớ. Đây là lý do tại sao phải đạt được nhận thức. Con người phải đối mặt với sự sợ hãi và căng thẳng của mình và nhận ra hoàn cảnh mình đang ở trong. Họ phải đạt được sự hiểu biết mới về vị trí của mình trong vũ trụ và vai trò và trách nhiệm của mình như người bản địa và những người quản lý của thế giới này. Họ phải sử dụng quyền lực mà họ có như cá nhân và tập thể để bảo tồn vùng đất bản địa của mình.

Hiểu biết tâm linh của bạn cần phải thay đổi để bạn nhận ra những gì Chúa đã ban cho nhân loại để bảo tồn sự tiến triển của tự do, hiểu biết và hợp tác của con người. Trong vũ trụ, những thứ này phải được bảo vệ. Bạn cần phải nhận ra rằng bạn phải thoát khỏi ảo tưởng của mình và lý tưởng của mình, ngay cả những yêu cầu và mong đợi của mình, để thấy rõ tình hình. Đấng Tạo Hóa đã kêu các đồng minh của nhân loại trở thành những người quan sát, cung cấp bình luận và trình bày thông điệp của họ để nhân loại có thể bắt đầu có được quan điểm Cộng Đồng Vĩ Đại.

Chúa đã trao ban giáo huấn về môi trường tinh thần và Tri Thức. Việc học con đường Tri Thức là một hành trình tâm linh cá nhân cho mỗi người. Tri Thức là trí tuệ lớn lao đang sống bên trong bạn. Nó biết cách đối phó với Cộng Đồng Vĩ Đại. Tri Thức không bị điều khiển bởi niềm tin, giả định, bận tâm, lừa dối, lý tưởng hoặc tham vọng của con người. Nó tinh khiết. Nó là phần thiêng liêng của bạn. Nó biết. Tâm trí bạn suy nghĩ. Tri Thức biết. Khoảng cách giữa chúng có vẻ vĩ đại, nhưng chúng có thể được thống nhất với nhau. Và đây là mục tiêu cuối cùng của sự phát triển tâm linh của bạn. Món quà Thánh Linh Cộng Đồng Vĩ Đại này là nhằm để trao cho tự do con người một nền tảng thật sự, để trao quyền cho cá nhân, để trao quyền cho nhóm, để trao quyền cho nhân loại, mà đang mất dần quyền lực mỗi ngày cho những loài đang can thiệp trong thế giới.

Chúng tôi hy vọng bài thảo luận này cung cấp sự rõ ràng, nhưng nó thật sự chỉ là bước đầu tiên. Đừng nghĩ rằng bạn có thể đọc bài này hoặc đọc Những Bài Tóm Tắt của Đồng Minh Nhân Loại và nói, "À, bây giờ tôi hiểu rồi. Tôi biết phải làm gì." Bạn vẫn chưa biết phải làm gì. Nhưng bạn có thể bắt đầu đạt được sự hiểu biết. Nếu điều này khuấy động điều gì đó sâu thẳm bên trong bạn, thì Tri Thức bên trong bạn đang được kích hoạt. Nhưng còn nhiều điều phải học phía trước.

Sự tiếp xúc của nhân loại với thực tế của sự sống bên ngoài thế giới này là một ngưỡng cửa mới, có lẽ là ngưỡng cửa lớn nhất mà nhân loại từng phải đối mặt. Việc học sẽ phải nhanh chóng. Đừng nghĩ rằng bạn đã biết hoặc hiểu. Bạn vẫn chưa. Bạn có thể có ý tưởng. Bạn có thể trải nghiệm sự cộng hưởng với thông điệp này. Bạn có thể cảm thấy nó quan trọng, nhưng bạn vẫn phải rèn luyện và chuẩn bị. Bạn không leo núi cao nhất trên thế giới vì bạn yêu núi. Bạn không leo núi cao nhất trên thế giới vì bạn có giầy leo núi. Bạn phải rèn luyện và chuẩn bị, nếu không bạn sẽ không làm được.

Đây là thử thách của thời đại của bạn. Đây là sự vĩ đại của thời đại của bạn. Đây là nơi bạn sẽ tìm thấy sự vĩ đại của chính mình. Bạn sẽ không bao giờ tìm thấy sự vĩ đại của mình trong những theo đuổi cá nhân của mình, bởi vì không có sự vĩ đại nào ở đó. Bạn sẽ chỉ tìm thấy sự vĩ đại của mình trong việc đáp lại nhu cầu chân thật trong thế giới và đáp lại tiếng gọi đang sống bên trong bạn ngay cả lúc này. Đây là hoàn cảnh vĩ đại mà sẽ mang ra sự vĩ đại trong bạn, nếu bạn có thể đáp lại.

BÌNH LUẬN THỨ HAI

Ảnh Hưởng của Chương Trình Bình Định

Đặt câu hỏi thì dễ. Tìm câu trả lời thật thì khó hơn. Mọi người khao khát câu trả lời, nhưng họ chưa có nhận thức. Vì vậy khi xem xét thông điệp trong Những Bài Tóm Tắt của Đồng Minh, mọi người phải bắt đầu phát triển một nhận thức và sự nhạy cảm của Cộng Đồng Vĩ Đại. Việc chỉ nhận được câu trả lời cho câu hỏi thì không phát triển nhận thức hoặc sự nhạy cảm này. Và thật vậy, ngay cả khi bạn có câu trả lời đúng, nếu bạn không thể trải nghiệm nó, nếu bạn không thể nhận ra nó, nếu bạn không thể thấy được ứng dụng của nó, thì nó có ích lợi gì? Nó bị lãng phí lên người đang hỏi.

Do đó, phải luôn quay trở lại với việc phát triển nhận thức và sự nhạy cảm và khả năng biết. Con người muốn có bằng chứng, và vì vậy họ tìm đến bất cứ ai họ nghĩ là chuyên gia, và chuyên gia đưa ra ý kiến của họ, và con người nói, "À! Đây phải là bằng chứng vì chuyên gia đã nói như vậy." Nhưng tất cả đều là ý kiến. Khi không có Tri Thức, mọi thứ chỉ là ý kiến trong tâm trí. Và những ý kiến này được phát triển bởi sự uốn nắn của con người, bởi thái độ của họ và bởi tính khí của họ. Con người có thể trải nghiệm điều gì đó và đưa ra kết luận và đánh giá nhưng họ hoàn toàn sai trong ước lượng của mình.

Tuy nhiên, chúng tôi đang nói về ý thức cao hơn ở đây. Chúng tôi không đang nói về việc có câu trả lời. Các câu trả lời, nếu không có ý thức cao hơn này, sẽ là không đủ, và ứng dụng của chúng sẽ không được hiểu. Cuối cùng, bạn phải đạt được ý thức cao hơn này. Ý thức này vượt qua khỏi văn hóa con người, sự uốn nắn của con người và ngay cả danh tính sinh học của bạn. Nó là nhận thức về sự sống khi nó đang di chuyển xung quanh bạn và xuyên qua tất cả mọi thứ khác. Bạn cần ý thức cao hơn này để hiểu được thực vật và động vật, thời tiết và sự chuyển động của thế giới. Bạn cần nó để hiểu được sự hiện diện của các thế lực tiêu cực trong môi trường tinh thần và sự hiện diện của các Thế Lực Thiên Thần, mà đang ở đây để phục vụ bạn. Và chắc chắn, bạn phải có ý thức này để nhận thức được các thế lực Cộng Đồng Vĩ Đại trong thế giới, để nhận ra biểu hiện của họ, ý định của họ và phương pháp của họ. Bạn cần nhận thức cao hơn này để phân biệt bạn và thù.

Vì vậy khi con người đặt nhiều câu hỏi, câu trả lời thật chính là sự phát triển của ý thức cao hơn Điều này dẫn bạn vào trong bí ẩn, nơi bạn có thể không sẵn sàng đi, nhưng đây là nơi bạn phải đi nếu bạn muốn hiểu được. Đây là bí ẩn của cuộc đời bạn—bí ẩn của những gì bạn biết, bí ẩn của bản chất bạn, bí ẩn của lý do tại sao bạn đang ở đây và bí ẩn của những gì bạn phải đáp lại. Bạn đang không ở đây chỉ để lấp đầy tâm trí mình với nhiều câu trả lời hơn mà không thể được nhận biết hoặc hiểu.

Điều này, do đó, đưa mọi thứ đi đúng hướng. Tuy nhiên, tất nhiên có những người không thể chịu đựng được sự bí ẩn và phải có câu trả lời, nghĩ rằng câu trả lời sẽ giải quyết được thắc mắc của họ. Những người này sẽ chiếm phần lớn những người hỏi về Những Bài Tóm Tắt của Đồng Minh và những người sẽ hỏi bạn về nó. Cá nhân bạn không thể trả lời tất cả câu hỏi về Đồng Minh—họ là ai, họ đến từ đâu, họ đến đây bằng cách nào, phương pháp cho lực đẩy phi thuyền của họ, nơi họ đang ẩn náu và cách họ giao tiếp. Làm sao bạn có thể trả lời tất cả những câu hỏi này?

Tuy nhiên, bạn có thể nhận thức về Đồng Minh, và bạn có khả năng nhận ra tính hợp lệ của thông điệp của họ. Bạn đã học đủ về cuộc sống và về tự nhiên để hiểu được quan điểm của họ và những gì họ nhấn mạnh và lý do tại sao nó là cần thiết. Đó là nhờ ý thức cao hơn, không phải vì bạn có câu trả lời. Những Bài Tóm Tắt của Đồng Minh Nhân Loại khuyến khích câu hỏi. Lý do tại sao họ không trả lời mọi câu hỏi là vì bạn phải phát triển ý thức cao hơn. Nếu họ bảo bạn mọi thứ về bản thân họ, thì con người sẽ nói, "Hả, tôi không tin! Marshall đang bịa ra tất cả!" Bạn thấy không, nếu không có ý thức cao hơn, con người không thể thấy được mối liên hệ.

Bạn đã có thể thấy được những ảnh hưởng của Chương Trình Bình Định đang được tạo ra bởi Sự Can Thiệp. Đã có nhiều người là nạn nhân của điều này, hoặc do khuynh hướng của riêng họ hoặc do ảnh hưởng bên ngoài. Ở đây con người bị ảnh hưởng để tin rằng họ không thể thật sự đánh giá bất cứ điều gì. "À, tôi không muốn tiêu cực. Tôi sẽ cởi mở với nó." Ai bảo họ phải cởi mở với nó? "Tôi sẽ cởi mở với bất cứ điều gì xảy ra." Ai bảo họ phải cởi mở với bất cứ điều gì xảy ra? Sự nhận biết thiết yếu của con người đang bị phá hủy. Vì vậy điều gì đó xảy ra và họ nói, "À, bạn biết đấy, tôi không muốn đánh giá tình hình." Bạn đang nói gì vậy! Bạn cần đánh giá những gì đang xảy ra. Những người này nghĩ rằng họ không thể chỉ trích. "À, tôi thật sự không nên chỉ trích. Tôi không muốn tiêu cực." Có thể cần thiết để lên tiếng và nói rằng điều gì đó là thật sự không phù hợp. Nhưng những người này thậm chí không thể làm điều đó. Những người đã bị ảnh hưởng bởi Chương Trình Bình Định này thậm chí không thể đưa ra quyết định. Họ không thể nhìn vào bất cứ thứ gì và nói, "À, đây là một điều tốt," hoặc "Đây thật sự không phải là điều tốt cho tôi." Vì vậy, họ chào đón mọi thứ, nghĩ rằng đó là cách bạn phải làm với cuộc sống.

Đó không phải là cách bạn phải làm với cuộc sống. Đúng là bạn phải sẵn sàng nhìn vào mọi thứ. Nhưng không đúng là bạn phải chấp nhận mọi thứ, ràng buộc với mọi thứ, chào đón mọi thứ. Tất nhiên là không! Ý thức cao hơn không có nghĩa là bạn không đưa ra đánh giá quan trọng. Nó đơn giản có nghĩa là bạn nhìn mọi thứ từ một điểm quan sát cao hơn. Điều này không có nghĩa là mọi thứ trở nên xám xịt. Nó có nghĩa là mọi thứ trở nên rõ ràng. Bạn thấy rõ điều gì nên làm và điều gì không nên làm, điều gì là tốt và điều gì là không tốt. Nếu đây không phải là sản phẩm của việc học tâm linh, thì ai đó đang bị vô hiệu hoá.

Mặc dù đúng là bạn phải học cách không đánh giá tình huống dựa trên sự uốn nắn hoặc niềm tin của mình, nhưng cuối cùng bạn phải đánh giá tình huống dựa trên Tri Thức, Trí Tuệ Thánh Linh đang sống bên trong bạn. Đây là người phân xử cuối cùng trong sự nhận biết của bạn.

Tuy nhiên, con người không nhận ra điều này. Họ thực hiện bước đầu tiên và họ nghĩ đó là bước cuối cùng. Bước đầu tiên là khi bạn không phán xét. Điều này có nghĩa là bạn phải học cách nhìn và nhận ra điều gì đó, việc mà bạn không thể làm nếu bạn phán xét nó ngay lập tức. Đây là bước đầu tiên, nhưng mọi người nghĩ đó là bước cuối cùng. Bước cuối cùng thì rất khác so với bước đầu tiên. Bạn không phán xét trong giây phút hiện tại bởi vì bạn cần phải thấy và biết và nhận ra những gì bạn đang nhìn vào. Đây là sự nhận biết. Bạn không thể nhận biết nếu bạn đánh giá mọi thứ liền lập tức. Tuy nhiên vượt qua khỏi sự nhận biết này, bạn phải thấy rõ liệu điều gì đó là tốt hay không.

Vì vậy bạn có thể nhận ra rằng Sự Can Thiệp thật sự là không tốt cho nhân loại. Về bản chất, Sự Can Thiệp không phải là một điều tốt! Nhưng nếu bạn nói, "Ồ, tôi không thể đánh giá tình hình," thì làm sao bạn có thể biết được? Bạn có thể muốn nghĩ, "À, nó có thể tốt ở mức độ nào đó." Một người bị bình định sẽ nói, "Tôi sẽ chờ xem nó tốt cho chúng ta ra sao vì mọi thứ xảy ra đều tốt cho chúng ta." Đây không chỉ là sự ngu ngốc của con người; điều này thể hiện ảnh hưởng của Chương Trình Bình Định, mà khuyến khích con người tin tưởng vào mọi thứ một cách vô ý, không nhận biết.

Bạn có thể thấy điều này ở khắp nơi. Bạn có thể thấy nó trong cộng đồng UFO. Bạn có thể thấy nó trong các cộng đồng tâm linh. Bạn có thể thấy nó đang trỗi lên trong những người xung quanh bạn. Những Bài Tóm Tắt của Đồng Minh sẽ khuấy động vì họ khuyến khích sự nhận biết. Họ nói, "Sự Can Thiệp không tốt cho bạn." Tuy nhiên nhiều người nói, "À, tôi không biết nữa. Nó phải tốt. Ý tôi là, nó không thể xấu." Họ bối rối. Họ không biết phải nghĩ như thế nào. "À, tôi không biết. Tôi thật sự không thể đưa ra bất kỳ quyết định nào về nó." Bạn đang nói gì vậy? Khả năng ra quyết định của bạn đã bị vô hiệu hóa rồi à? Và nếu vậy, ai đã vô hiệu hóa nó? Tại sao một số người nghĩ rằng họ phải cởi mở với mọi thứ và đón nhận mọi thứ? Đúng, họ muốn không phán xét, nhưng đó chỉ là bước đầu tiên. Họ không thực hiện bước tiếp theo. Họ không thực hiện sự nhận biết. Trong một số trường hợp, khả năng nhận biết của họ đã rớt mất rồi.

Đây là một vấn đề nghiêm trọng. Kết quả của Chương Trình Bình Định này là rằng con người không thể thấy và không thể biết, và về cơ bản, mặc dù có lẽ họ bối rối và sợ hãi, họ sẽ chỉ tuân theo. "À, tôi sẽ chỉ tuân theo. Tôi sẽ chỉ cố gắng chấp nhận những gì đang xảy ra trong cuộc sống của tôi." Những người bị bình định không thể chống lại. Họ không thể chống lại điều gì đó bởi vì họ không nghĩ rằng làm vậy là được. Họ nghĩ rằng mọi thứ phải được đón nhận. Điều này đến từ đâu vậy?

Những ý tưởng này về việc chấp nhận mà không nghi vấn thì phổ biến trong phần lớn giáo lý tâm linh mà bạn thấy ngày hôm nay. Và mọi người hết lòng chấp nhận những ý tưởng này. Họ nghĩ, "À, đây là chân lý cao hơn. Chúng tôi đi theo chân lý cao hơn." Hãy xem xét điều này về mặt Chương Trình Bình Định và bạn sẽ bắt đầu thấy nó thật sự lan tỏa như thế nào.

Những người đang bị bình định sẽ bị lôi kéo để tin rằng họ đang đạt được ý thức cao hơn trong khi thực tế là toàn thể quyền lực của họ đang bị tước đoạt khỏi họ. Chương Trình Bình Định được dựa trên hiểu biết về tâm lý con người và khuynh hướng con người. Ở đây con người bị uốn nắn để nghĩ rằng để được Chúa chấp nhận, về cơ bản họ phải cho đi những gì Chúa đã ban cho họ sử dụng. "À, để trở nên chấp nhận được đối với Chúa, tôi phải nhu mì và ôn hòa và không phán xét và đón nhận mọi thứ. Tôi sẽ tìm kiếm điều tốt đẹp trong tất cả mọi thứ."

Điều này đến từ đâu vậy? Sự quy phục như vậy có phải chỉ hoàn toàn là phát minh của con người không? Đây có phải là thứ mà con người chỉ tạo ra cho bản thân để có thể hạnh phúc trong hiện tại không? À, trong một số trường hợp, điều này là đúng. Nhưng hãy xem xét sự bình định nhân loại. Con người đang bị bình định bằng cách nào? Họ được bảo những gì họ muốn nghe, và họ được bảo rằng họ không thật sự cần phải xem xét bất cứ điều gì khác. Cuối cùng thì, nếu mọi thứ xảy ra với bạn là tốt, thì tại sao lại cưỡng lại bất cứ điều gì? Hãy đón nhận tất cả! Đây là Chương Trình Bình Định đang vận hành.

Ảnh hưởng này đang trở nên phổ biến xung quanh bạn. Con người đổ xô đến những nơi Sự Can Thiệp đang hoạt động, nghĩ rằng "năng lượng" ở đó rất cao. Họ nói, "Đây là một nơi khai sáng." Ôi, Chúa tôi! Họ đang nhảy vào biển lửa. Họ đang hết lòng trao đi bản thân. Họ đến những nơi này và họ cảm nhận được năng lượng ở đó, và họ nghĩ, "Ồ, đây thật sự là một nơi quyền lực. Đây là nơi mọi thứ đang xảy ra!" Và khi họ ở lại càng lâu, họ càng ít biết, và họ càng ít nghĩ rằng họ có thể quay trở lại cuộc sống trước đây của mình. Họ ngày càng trở nên thiếu sức sống và bận tâm hơn với bản thân, và họ trở nên rối loạn chức năng hơn bao giờ hết.

Sự tách rời này tạo ra sự căng thẳng ở mức độ sâu hơn, mức độ khi bạn biết rằng cuộc đời mình đang không tiến triển và rằng bạn đang không đi đến nơi bạn cần đến. Tuy nhiên những người này sẽ nghĩ rằng sự khó chịu này là một phần nỗi sợ hãi của họ, hoặc một phần tâm lý họ mà phải được xóa bỏ và trừ tà ra khỏi bản thân họ. Và vì vậy họ sẽ nỗ lực để phớt lờ chính những dấu hiệu mà đang nói với họ rằng cuộc sống họ đang thiếu sót và rằng họ đang đánh mất cuộc đời mình.

Họ sẽ nói, "Tất cả là tình yêu. Hãy yêu thương. Chỉ có tình yêu." Nếu họ biết mình đang nói gì, thật ra đó là đúng. Nhưng họ nghĩ rằng tình yêu chỉ đơn giản là sự thụ động, hạnh phúc và chấp nhận bởi vì đó là Chương Trình Bình Định đang hoạt động trên họ. Bây giờ họ đang nới rộng nó đến những người khác và bản thân họ trở thành người bình định. Và sau một thời gian, à, họ sẽ không biết những gì họ biết. Và nếu có điều gì đó thật sự không ổn, họ sẽ cảm thấy khó chịu, nhưng họ sẽ nghĩ đó chỉ là một phần của vấn đề tâm lý của họ, và họ sẽ cố gắng phớt lờ nó hoặc loại bỏ nó hoặc chôn vùi nó. Và sau đó họ sẽ làm bất cứ điều gì được bảo họ làm bởi Sự Can Thiệp. Họ sẽ nói, "Ồ, tôi có một thông điệp. Tôi phải làm điều này. Tôi đang được dẫn dắt. Đây là sự dẫn dắt bên trong cho tôi. "

Sẽ rất khó để đánh thức con người khỏi điều này. Bạn phải tự đánh thức mình trước đã. Con người quá chìm đắm trong sự thiếu sức sống của họ và mưu cầu hạnh phúc của họ, nó gần như thể họ nằm ngoài tầm với. Họ bị quá ru ngủ và quá bị uốn nắn, bạn sẽ phải thả quả bom vào lòng họ để đánh thức họ!

Bạn có thể thấy được ảnh hưởng của Chương Trình Bình Định trong các cộng đồng tâm linh ở nhiều nơi. Chắc chắn không phải với tất cả mọi người, nhưng với nhiều người, sự chấp nhận có vẻ như lối đi dễ dàng, con đường dễ dàng, con đường dẫn đến hạnh phúc thật sự. Từ bỏ việc biết được bất cứ điều gì, từ bỏ việc đánh giá bất cứ điều gì, từ bỏ việc chống lại bất cứ điều gì, và nó có vẻ như, "Ồ, mọi thứ sẽ chỉ là hạnh phúc kể từ lúc này. Thuận buồm xuôi gió phía trước!"

Những người tốt bụng này, Sự Can Thiệp sẽ đơn giản ru họ vào trong một trạng thái thiếu sức sống và rồi về cơ bản họ sẽ không là vấn đề, và họ sẽ tiếp nhận bất cứ thứ gì được trao cho họ. Sự hiểu biết tự nhiên của họ sẽ bị quá loại bỏ khỏi nhận thức của họ đến nỗi nó bây giờ sẽ trở thành kẻ thù. Họ sẽ nghĩ nó là sự sợ hãi. Họ sẽ nghĩ nó là sự tiêu cực. Và họ sẽ không muốn bất kỳ phần nào của nó.

Điều này thật sự đang xảy ra ngay lúc này. Chúng tôi đang nói về trường hợp cực đoan, nhưng những trường hợp cực đoan này đang gia tăng về phạm vi và mức độ. Nhiều người hơn đơn giản đang rơi vào trạng thái này—ngay cả những người trẻ tuổi, một số đặc biệt dễ bị tác động bởi kiểu uốn nắn này.

Hãy xem xét điều này. Hạnh phúc chân thật đến từ việc trở nên chân thật với bản thân bạn, từ việc phát triển sự chính trực của riêng bạn và từ việc sống một cách danh dự với sự chính trực của bạn. Những mối quan hệ chân thật được dựa trên việc chia sẻ sự chính trực chân thật với người khác, xây dựng mối quan hệ mang tính chính trực, mối quan hệ thể hiện bản chất sâu hơn và mục đích của bạn trong cuộc sống.

Tuy nhiên, hãy nhìn vào các mối quan hệ của một người bị bình định, người nói, "À, chúng ta ở bên nhau miễn là cảm thấy tốt, miễn là ổn, và nếu chúng ta không ở bên nhau thì cũng ổn, và bất cứ điều gì chúng ta làm là cũng ổn." Nhưng không ổn. Và họ biết là không ổn, nhưng sự hiểu biết tự nhiên của họ đã bị loại bỏ khỏi nhận thức của họ. Kết quả là họ nói," Tôi sẽ không cảm thấy những điều đó. Chúng phá vỡ hạnh phúc của tôi, sự bình yên của tôi, sự thanh thản của tôi." Tuy nhiên không có sự bình yên hay thanh thản nào bởi vì không có sự chính trực nào, và bởi vì không có sự chính trực nào, không có mối quan hệ chân thật nào.

Bạn có thấy được ở đây cách mà chất độc bị ngấm vào chính thức ăn mà con người muốn ăn? Thức ăn tâm linh đang bị nhiễm độc. Có bao nhiêu giáo viên tâm linh ngày hôm nay đang dạy sự nhận biết thật sự? Có bao nhiêu người đang khuyến khích sự chính trực cá nhân thật sự? Có bao nhiêu người đang khuyến khích mọi người nhìn một cách rõ ràng và thấy? Có bao nhiêu giáo viên đang khuyến khích học sinh của họ đáp lại thế giới? Đúng là có một số người, nhưng hãy nhìn xung quanh và bạn sẽ thấy Chương Trình Bình Định đang được vô tình thúc đẩy.

Điều này thật hoàn hảo cho mục tiêu của người ngoài hành tinh. Nó tốn thời gian, nhưng từ quan điểm của họ, à, kết quả là xứng đáng. Khi đó Sự Can Thiệp sẽ có một mạng lưới rộng lớn những người nghe lời mà qua đó kế hoạch của họ có thể truyền qua. Và những người đó sẽ không bao giờ biết được nó đến từ đâu.

Trong một kịch bản khác, tình hình trở nên phức tạp hơn. Ở đây Sự Can Thiệp bắt đầu bộc lộ mặt tối của nó. Không phải ai cũng có thể dễ dàng bị bình định. Những người không thể bị bình định bởi Sự Can Thiệp sẽ bị điều khiển bởi Sự Can Thiệp để phán xét những người chống đối nó. Điều này sẽ đặc biệt đúng đối với những người có quan điểm và thành kiến tín ngưỡng cực đoan. Những người này sẽ bị điều khiển để lên án những người không cùng quan điểm với họ. Thật vậy, có những người trong một số cộng đồng tôn giáo mà sẽ nhận được thông điệp rằng tất cả những kẻ thù của Giê-su phải được tiêu diệt nếu họ không thể được cứu và rằng Sự Tái Lâm sẽ đòi hỏi sự thanh tẩy của gia đình loài người.

Có những cá nhân ngày hôm nay đang bị quá điều khiển, và mặc dù họ không nhất thiết đại diện cho giới lãnh đạo của các cộng đồng tôn giáo này, trọng tâm của họ sẽ tăng lên khi sự tức tối của họ tăng lên. Họ đang chờ đợi việc đến vĩ đại của Giê-su, và họ nghĩ rằng điều đó không đang xảy ra vì tội lỗi của gia đình loài người, tội lỗi mà bây giờ phải được xóa bỏ chứ không chỉ chống lại. Và người Giê-su sẽ đến sẽ không phải là Giê-su thật, nhưng sẽ là Giê-su được chuẩn bị thông qua sự Sự Can Thiệp. Đây sẽ là một Giê-su giả mà họ không thể thật sự nhận ra vì họ không được phát triển về Tri Thức. Giê-su này sẽ không mang lại hòa bình nhưng là sự xem xét. Sự xem xét này sẽ được hoan nghênh bởi những người đi theo vì bản thân họ cũng đầy bất bình và tin rằng những lời tiên tri của họ không đang được thực hiện vì tội lỗi của nhân loại và rằng tội lỗi này bây giờ phải được xóa bỏ để mang lại Thiên Đàng trên Trái Đất.

Bạn có thể thấy được thật dễ ra sao đối với sự hiện diện của Cộng Đồng Vĩ Đại ở đây, Sự Can Thiệp, rất tài năng trong việc ảnh hưởng lên môi trường tinh thần và rất nhận thức về khuynh hướng và sự yếu đuối của con người, để cung cấp dạng ảnh hưởng này? Bạn có thể thấy được cách mà, bởi vì sự thao túng này, những người công bình có thể bắt đầu gây chiến chống lại những người không đồng ý với họ và chống lại những người sẽ bảo tồn Tri Thức trên thế giới? Bạn có thấy được thật dễ ra sao để điều này được tạo ra không?

Ngay cả những tín đồ chân chính của Giê-su cũng sẽ bị nhắm đến, vì họ không có cùng những bất bình này, và do đó họ không tuân theo những cá nhân đang bị điều khiển bởi Sự Can Thiệp. Những tín đồ chân chính của Giê-su sẽ nhấn mạnh về sự hòa hợp và nhận biết và khoan dung. Nhưng những người đang bị điều khiển bởi Sự Can Thiệp chỉ muốn sự trả thù cho những lời tiên tri bất thành của họ. Họ muốn sự trừng phạt của Chúa được thực hiện, và họ sẵn sàng trở thành kẻ hành quyết. Họ sẵn sàng trở thành quan tòa và bồi thẩm đoàn để thực hiện những gì bây giờ họ tin là ý Chúa. Sự Can Thiệp sẽ tiêu diệt đối thủ của nó bằng cách nào? Nếu nó đạt đủ quyền thế, bạn có thể thấy được cách điều này có thể được thực hiện.

Ở những nơi mà sự bình định không thể đạt được, thì Sự Can Thiệp sẽ ảnh hưởng lên con người để thực hiện hành vi thù địch của họ lên nhau. Khi thế giới trở nên khó khăn hơn, khi tài nguyên giảm đi, khi dân số tăng lên, khi cạnh tranh gia tăng, khi bi kịch xảy ra thường xuyên hơn, ý thức khoan dung của con người sẽ suy giảm, và sự bất bình của họ sẽ được khuyến khích—không chỉ bởi Sự Can Thiệp, mà chắc chắn bởi những người tham vọng và muốn đặt mình vào vị trí quyền lực. Điều này thật phù hợp hoàn hảo với mục tiêu của người ngoài hành tinh đang tìm cách đơn giản hóa và tái cấu trúc lòng trung thành của con người. Sự Can Thiệp không quan tâm đến việc họ sử dụng tôn giáo nào miễn là nó có thể đạt được những kết quả này. Đó là lý do tại sao một người sùng đạo Kitô giáo, Hồi giáo, Hindu hay Phật giáo đều phải học Con Đường Tri Thức. Nếu không, làm sao họ có thể phân biệt giữa ảnh hưởng tâm linh và ảnh hưởng của Cộng Đồng Vĩ Đại? Đối với những người không nhận biết, à, tất cả đều có vẻ như nó đến từ một nơi cao hơn, từ Thiên Đàng. Vậy thì, bạn có thể tin tưởng ai?

Sự Can Thiệp có thể tạo ra những kịch bản tâm linh tuyệt vời để kích hoạt những cá nhân dễ trở thành sứ giả của họ nhất. Việc đó không khó để Sự Can Thiệp làm. Họ đơn giản dựng một vở kịch và đưa ai đó vào giữa, và người này không thể phân biệt. Con người không biết sự hiện diện của Cộng Đồng Vĩ Đại là gì. Đối với họ, tất cả đều đến từ nơi nào khác, không phải ở mức độ của họ, nhưng từ một nơi cao hơn. Vì vậy, trong một kịch bản, hình ảnh của Giê-su được chiếu cho một người sùng đạo, và người sùng đạo nói, "Giê-su đã đến với tôi." Và Giê-su nói, "Con phải tập hợp những tín đồ chân chính của ta và con phải tố cáo tất cả những người khác!" Và tín đồ sùng đạo nói, "Vâng, thưa Thầy, vâng, thưa Thầy!"

Không thể nào tin được? Đúng. Không thể nào? Sai. Nếu mục tiêu của người ngoài hành tinh là để tạo ra sự trung thành thống nhất và tuân thủ của con người, thì nó phải tiêu diệt những phần tử bất đồng chính kiến, những phần tử không tuân thủ. Họ sẽ không tự mình làm điều này bởi vì khi đó con người sẽ biết rằng có Sự Can Thiệp. Thay vào đó, họ sẽ để con người làm điều đó cho họ nhân danh lòng tin và định kiến tín ngưỡng của con người. Và không ai sẽ biết được điều gì nằm đằng sau tất cả. Một số người sẽ nghĩ đó là Satan hoặc Lucifer, nhưng họ sẽ không biết.

Chính sự ngu ngốc của con người là điểm yếu lớn nhất của nó. Chính Tri Thức của nhân loại là sức mạnh lớn nhất của nó. Cộng Đồng Vĩ Đại, vũ trụ có dân cư nơi bạn đang sống, là một môi trường rất phức tạp của sự tương tác và ảnh hưởng. Nếu con người định đi theo định kiến của mình, lòng căm thù của mình và sự bất bình của mình và không thể phân biệt giữa ảnh hưởng tâm linh và ảnh hưởng của Cộng Đồng Vĩ Đại, thì Cộng Đồng Vĩ Đại là một môi trường cực kỳ nguy hiểm. Ai đó trong Cộng Đồng Vĩ Đại cuối cùng sẽ thu phục bạn vào Tập Đoàn của họ hoặc vào mục tiêu của họ. Họ sẽ làm điều này bằng cách nào? Họ sẽ đơn giản dùng những gì bạn tin vào rồi thay vì dạy bạn điều gì đó mới.

Đây là lý do tại sao việc học Con Đường Tri Thức là vô cùng quan trọng vì điều này dạy bạn về thực tế của cuộc sống và tâm linh trong Cộng Đồng Vĩ Đại. Nó dạy bạn về bản chất của sự thao túng và cách bảo vệ bản thân và người khác. Nó dạy bạn cách nhận ra tác động và biểu hiện của Chương Trình Bình Định và những gì bạn có thể làm hôm nay để phát triển khả năng miễn nhiễm của mình trước những thế lực này, mà có ảnh hưởng lớn lên những người khác.

Điều này là vô cùng thiết yếu trong thế giới ngày hôm nay. Mỗi ngày những người nam và nữ với lương tâm tốt đang bị thuyết phục rằng họ không thể nhận biết. Đó là một quá trình diễn ra dần dần. Nhưng cuối cùng họ thậm chí không biết gì về những gì đang xảy ra trong cuộc sống mình và trở nên thù địch với bất kỳ hình thức sửa chữa nào.

Khi bạn bắt đầu phát triển nhận thức này về Cộng Đồng Vĩ Đại và chia sẻ thông điệp của Đồng Minh với những người khác, thì bạn sẽ thấy sự phản kháng này. Bạn sẽ thấy con người không có khả năng đáp lại. Giống như ai đó đã rút phích bên trong họ và bây giờ họ không biết gì cả. Và nếu họ đáp lại ở mức độ nào đó, họ có thể cố gắng tự trấn an mình. Họ sẽ nói, "À, đó chỉ là một cách nhìn, và bạn biết đấy, chúng ta phải tìm kiếm điều tốt trong tình huống này. Chúng ta thật sự phải đón nhận tình huống này. Nếu các vị khách đang ở đây, thì họ phải ở đây cho mục đích, và chúng ta phải cởi mở bản thân cho mục đích này. Có thể một số trong số họ là không tốt, nhưng một số là tốt, và chúng ta phải yêu họ để hiểu họ."

Đây đều là tâm lý bình định. Đây là việc dễ làm. Chỉ cần nhượng bộ. Và nếu hạnh phúc là mục tiêu của cuộc đời bạn, thì bạn sẽ nhượng bộ. Bạn sẽ thoả hiệp tính chính trực của mình. Bạn sẽ phủ nhận sự căng thẳng của chính mình. Bạn sẽ phớt lờ dấu hiệu và manh mối cho bạn biết rằng có điều gì đó không ổn ở đây. Bạn có thể tự nhủ: "À, tất cả chỉ là một phần của vở kịch cuộc đời, và tôi sẽ vượt trên tất cả."

Trên khắp thế giới ngày hôm nay, những nhà thông thái đang rút lui vì Sự Can Thiệp đang ở đây. Chỉ một số ít đang ở trong vị trí để tuyên truyền. Marshall là một trong những người đó. Tuy nhiên ông ấy sẽ cần những người khác để giúp ông. Thế giới chưa bị đánh mất. Nhưng nguy cơ nó bị đánh mất thì đang gia tăng.

Do đó, bạn không thể đơn giản rút lui và đi sống cuộc sống mục đồng nông thôn ở đâu đó, phớt lờ tất cả, chỉ hạnh phúc mỗi ngày, quay về với thiên nhiên, gánh nước, trồng ngô, nấu ăn và sống qua mùa. Việc đó đã hết rồi! Nếu bạn muốn có ý thức, tự quyết và có sự chính trực của riêng mình, thì không thể chạy trốn vào lúc này. Không thể đi vào rừng và giả vờ như nó đang không xảy ra.

Không còn việc trị liệu liên tục lên bản thân. Cuối cùng thì, liệu pháp thật sự duy nhất là để trở nên trung thực với điều bạn biết, đại diện cho điều bạn biết, học sự khôn ngoan cần thiết để thực hiện điều bạn biết và truyền đạt điều bạn biết một cách nhân từ và quyền lực. Đây là điều mà bất kỳ hình thức trị liệu chân thật nào cũng phải dẫn đến. Bạn định quay trở lại và sửa chữa tuổi thơ của mình à? Bạn định tìm kiếm tình yêu đơn phương mà cha mẹ bạn đã không dành cho bạn à? Những người trở nên quá tập trung vào những thứ này trở nên bị vô hiệu hoá. Họ bị liệt trong tâm trí của chính mình. Họ đều có thể trở thành những người tuyên truyền cho sự thật, nhưng thay vào đó, tất cả những gì họ trở thành là những người tuyên truyền cho liệu pháp, và không nhiều liệu pháp được thực hiện ngày hôm nay dẫn đến sự thật. Không được chạy trốn. Không được thoả mãn bản thân bạn với cái giá của việc thiết lập tính chính trực của riêng bạn, biết được sự thật và bảo vệ sự thật.

Nhân loại phải đoàn kết, nếu không nó sẽ bị thống trị trong Cộng Đồng Vĩ Đại. Điều này thật hiển nhiên khi bạn xem xét. Nếu các thế lực khác bên ngoài thế giới của bạn muốn hành tinh của bạn, tài nguyên của nó và lòng trung thành của con người, à, nếu gia đình loài người bị chia rẽ, thì bạn đang thật sự mời gọi những loài khác tiếp cận bạn. "Chắc chắn rồi, vào đi! Có nhiều chỗ cho mọi người!"

Những người chống lại Sự Can Thiệp sẽ bị buộc tội là không khai sáng và đầy sợ hãi. Một số người sẽ bị buộc tội chống lại Sự Can Thiệp để bảo vệ lợi ích riêng của họ. Và có một số người sẽ chống lại sự Sự Can Thiệp vì những lợi ích này. Tuy nhiên, có những người sẽ chống lại Sự Can Thiệp bởi vì nó là Sự Can Thiệp. Nhưng với Chương Trình Bình Định, ai thậm chí có thể phân biệt? Ai có thể nói, "Nó là thế này!" mà không bị phản đối và lên án? Đây là một vấn đề thật sự ngày hôm nay.

Chúng tôi khuyến khích sự phát triển của sự nhận biết, kín đáo của con người và việc áp dụng các khả năng thiết yếu của họ. Những gì chúng tôi khuyến khích ở đây không được dựa trên định kiến cá nhân hay ảnh hưởng xã hội, mà dựa trên Tri Thức. Tri Thức là phần của bạn mà biết. Nó là tâm trí lớn lao bên trong bạn mà Đấng Tạo Hóa đã trao cho bạn để đáp ứng những thách thức và cơ hội của cuộc đời bạn. Đó là tiếng nói của lương tâm bên trong bạn. Con người so sánh các hệ thống niềm tin của mình và đánh giá lẫn nhau, nhưng đây không phải là điều chúng tôi đang nói.

Chúng tôi đang nói về việc giải cứu nhân loại khỏi một huống có thể nô lệ hoá nó. Chúng tôi đang nói về việc bảo tồn tự do và quyền tự quyết của con người và khuyến khích sự chính trực của con người giữa các thế lực từ Cộng Đồng Vĩ Đại đang can thiệp trong thế giới bạn. Việc đạt được điều này có là bất khả thi không? À, theo một cách nào đó, sự thật luôn có vẻ bất khả thi. Việc tuyên truyền và bảo tồn sự thật luôn có vẻ như đang đối mặt với những khó khăn không thể vượt qua. Nhưng đó chỉ là vì sự thật không được xem trọng, nhận biết và cảm nhận sâu sắc bởi đủ người. Điều sẽ đưa nhân loại thoát khỏi khó khăn này cũng chính là điều sẽ đưa nhân loại thoát khỏi mọi khó khăn. Đó là việc đối mặt với sự thật và làm những gì cần phải làm.

Có nhiều người trên thế giới ngày nay rất bất an vì họ biết rằng có điều gì đó thật sự không ổn đang xảy ra. Có lẽ họ nghĩ rằng sự bất an của mình chỉ là vấn đề tâm lý của riêng họ. Có lẽ họ nghĩ rằng đó chỉ là vấn đề chính trị, kinh tế hoặc môi trường. Nếu họ không có nhận thức Cộng Đồng Vĩ Đại, thì họ phải tập trung sự chú ý của mình vào thứ khác và tìm kiếm kiểu nguyên nhân khác. Nhưng họ biết rằng có điều gì đó không ổn về những gì đang xảy ra ngày hôm nay. Mọi thứ không cảm thấy ổn. Sự việc đang di chuyển theo hướng chúng không nên đi. Có điều gì đó đang diễn ra mà sẽ thay đổi mọi thứ, nhưng không theo chiều hướng tốt. Và những người cảm thấy điều này cảm thấy bất an. Họ thức dậy với cảm giác khó chịu này; họ đi ngủ với cảm giác khó chịu này. Nó chỉ ở đó. Họ cảm thấy nó khi họ ở ngoài đường. Có điều gì đó không ổn.

Cảm giác khó chịu này đến từ đâu? Tại sao nó ở đó? Bạn có thể thiền. Bạn có thể đi du lịch. Bạn có thể có đồ ăn ngon. Và bạn có thể có những giây phút thích thú. Nhưng sau đó bạn quay trở lại với cảm giác khó chịu. Có điều gì đó sai. Không đơn giản vì có sự nghèo đói hoặc chiến tranh hoặc thiếu thốn trong thế giới.Những thứ này đã luôn ở bên bạn. Có điều gì khác đang xảy ra ở đây. Có điều gì khác thật sự không ổn.

Tuy nhiên bạn nhìn xung quanh và hầu hết mọi người không để ý. Họ không biết điều đó. Họ không cảm nhận được điều đó. Và họ không quan tâm. Hoặc họ có viện cớ. "À, bạn biết đấy. Đó chỉ là bản chất con người", hoặc "Bạn biết đấy, đó là nỗi sợ hãi của con người. Họ chỉ cần yêu thương nhiều hơn." Và bạn nghe thấy những lời bào chữa yếu ớt cho điều gì đó khổng lồ.

Nhận thức của bạn cần phải phát triển. Ngọn lửa của bạn cần phải phát triển và trở nên mạnh mẽ hơn—ngọn lửa của sự thật, ngọn lửa của Tri Thức. Nếu không, ngọn lửa của bạn luôn bị dập tắt, bị dập tắt bởi sự mâu thuẫn cá nhân, nỗi sợ hãi cá nhân, sở thích cá nhân hoặc kiểu thiếu sức sống mà là sản phẩm của Chương Trình Bình Định.

Ánh sáng của sự thật phải trở nên mạnh mẽ bởi vì có các thế lực đen tối lớn lao đang ở đây vào lúc này. Sự lừa dối là sâu thẳm và phức tạp. Sự phủ nhận là lan toả, và sự quy phục lan rộng và ngày càng lan rộng hơn hằng ngày. Chỉ Tri Thức bên trong bạn mới có thể xuyên thủng nó.

Nhân loại đang đánh mất tự do của nó, chậm nhưng chắc, và theo cách mà sự đánh mất này sẽ rất trọn vẹn vì sự khôn khéo của chương trình đằng sau nó. Điều này có thể xảy ra do khuynh hướng của rất nhiều người ngày hôm nay. Điều này có thể xảy ra do ảnh hưởng của Chương

Trình Bình Định, mà bây giờ được thiết lập rất vững chắc ở nhiều nơi trên thế giới.

Do đó, cần sự can đảm và sự tuyên truyền mạnh mẽ để kích hoạt những người đã cảm thấy bất an rồi, những người đã cảm thấy vấn đề rồi nhưng không thể xác định được nó hoặc nguồn gốc của nó. Và sẽ cần sự tuyên truyền mạnh mẽ để tiếp cận những người đã bắt đầu quy phục nhưng có cảm nhận về sự chính trực vẫn đủ nguyên vẹn để họ biết rằng có vấn đề bên trong họ và xung quanh họ, và những người đang vật lộn để duy trì sự sáng rõ của tâm trí mình khi sương mù phủ xuống.

Đối với những người đã hoàn toàn quy phục, có thể không có câu trả lời. Họ có thể nằm ngoài tầm với của bạn. Sẽ cần một Quyền Lực Vĩ Đại, Sự Hiện Diện Thiên Thần, để tiếp cận họ. Nhưng ngay cả ở đây, điều đó cũng khá khó khăn vì sự bình định có thể trở nên quá trọn vẹn đến nỗi con người sẽ nghĩ rằng chính bàn tay của Ân Sủng đang cố gắng giải cứu họ là thứ mà họ phải tránh.

Bạn chỉ có thể tiếp cận những người không thoải mái, những người có cảm giác nhận biết rằng sự chính trực của họ đang bị vi phạm và những người đã bắt đầu cảm thấy sự thuyết phục của Sự Can Thiệp nhưng chưa khuất phục trước nó. Có nhiều người trong nhóm này. Bạn đang không nói với thiểu số. Việc tuyên truyền này sẽ mất thời gian. Đó không phải là điều có thể được làm trong vài tuần, vài tháng hay vài năm. Đó là điều phải luôn liên tục.

Việc trỗi lên của nhân loại vào Cộng Đồng Vĩ Đại sẽ khá khó khăn vì Sự Can Thiệp. Nó sẽ đòi hỏi rằng một ý thức cao hơn được trau dồi, bảo vệ và duy trì trong đủ người. Nó sẽ đòi hỏi trình độ nhận biết và kín đáo cao hơn, sự quan tâm lớn hơn đến việc bạn liên kết với ai và những gì bạn truyền đạt. Nó sẽ đòi hỏi một nhận thức và sự nhạy cảm lớn hơn đối với thế giới và đối với những thế lực hiện đang ở trong thế giới phủ ảnh hưởng lên nhân loại.

Việc phát triển nhận thức này và sự nhạy cảm này và thiết lập sự chính trực cá nhân của một người và các mối quan hệ đại diện cho sự chính trực này là tuyệt đối thiết yếu cho sự thành công. Đây là điều sẽ giữ cho Tri Thức tồn tại trên thế giới. Đây là điều sẽ xây dựng tự do và giữ cho nó tồn tại trong thế giới. Đây là điều sẽ giữ nhân loại nguyên vẹn. Bởi vì một khi bạn mất đi sự chính trực của mình và tự do của mình, thì rất khó để giành lại chúng. Rất khó. Ngay cả khi con người đã hy sinh sự chính trực của họ cho mối quan hệ hay cho tiền bạc hay cho lợi thế, ngay cả trong những hoàn cảnh bình thường hơn này, rất khó để giành lại nó. Bạn phải tụ họp nỗ lực khổng lồ và chấp nhận rủi ro. Do đó, dễ hơn để tránh rắc rối hơn là thoát ra. Bạn không muốn trở thành tù nhân trong thế giới của chính mình. Bạn không muốn trở thành tù nhân trong tâm trí của riêng mình. Bạn không muốn trở thành tù nhân đối với bất kỳ ai hay bất cứ điều gì khác.

Nếu bạn có thể có quan điểm Cộng Đồng Vĩ Đại trong những vấn đề này, thì bạn sẽ nhận ra rằng mặc dù nhân loại có những khó khăn vĩ đại và những điểm yếu nghiêm trọng, nó vẫn tương đối tự do trong vũ trụ. Dĩ nhiên, sống trên bề mặt thế giới của bạn trong cô lập, bạn không thể nhìn thấy điều này vì bạn không có góc nhìn. Đó là lý do tại sao Những Bài Tóm Tắt của Đồng Minh lại có giá trị như vậy, bởi vì chúng trao cho bạn một góc nhìn mà bản thân bạn không thể có được. Làm sao bạn có thể so sánh bản thân với phần còn lại của sự sống trong vũ trụ? Làm sao bạn có thể hiểu được giá trị của tự do của mình nếu bạn không thể thấy rằng tự do như thế này là hiếm và phải được bảo vệ cẩn thận trong Cộng Đồng Vĩ Đại?

Đây là lý do tại sao Đồng Minh cung cấp một góc nhìn lớn hơn. Nhưng một số người sẽ phàn nàn, "À, họ không trao cho chúng ta câu trả lời. Họ không nói cho chúng ta biết ngày tháng và thông tin và số liệu và địa điểm." Đó không phải là điều quan trọng. Chính hiểu biết, quan điểm, ý thức cao hơn mà là vô cùng quan trọng. Chẳng quan trọng Đồng Minh đến từ đâu. Tên các thế giới của họ sẽ là vô nghĩa đối với bạn. Bạn sẽ không thể đến đó trong khoảng thời gian dài! Chắc chắn là không trong cuộc đời bạn. Đồng Minh đang cung cấp những gì quan trọng để bạn biết về Cộng Đồng Vĩ Đại và về Sự Can Thiệp. Họ đang cho bạn biết ai đang ở đây, tại sao họ đang ở đây và những gì họ đang làm. Họ đang chỉ hướng đến những gì phải được làm để chống lại Sự Can Thiệp này, bao gồm việc phát triển nhận thức Cộng Đồng Vĩ Đại và ý thức cao hơn.

Sự phát triển này luôn phải được nhấn mạnh. Nó cực kỳ quan trọng, nếu không con người sẽ bỏ lỡ toàn bộ vấn đề. Họ sẽ đơn giản cho rằng đây chỉ là một điều phi thường nào đó mà có lẽ chẳng là sự thật. Một số người sẽ nói, "Những Đồng Minh này thậm chí không cho chúng ta biết tên của họ hoặc cách họ đến đây." Đây là sự ngu ngốc! Nếu Chúa cử đến sứ giả, bạn có phủ nhận sứ giả vì ông ta không trả lời những câu hỏi nhỏ nhặt không? Chúa đã cử Đồng Minh đến đây để giúp giáo dục nhân loại và để cảnh báo nhân loại về những rủi ro trầm trọng mà nó đối mặt tại thời điểm này. Liệu điều này sẽ bị phủ nhận vì một số thông tin nhỏ nhặt không được cung cấp?

Đây là lý do tại sao việc phát triển nhận thức của Cộng Đồng Vĩ Đại là cực kỳ quan trọng vào lúc này. Đây là lý do tại sao ý thức cao hơn phải được thúc đẩy và bảo tồn. Đây là lý do tại sao bạn giữ cho Tri Thức tồn tại trên thế giới. Chính điều này mà phải được hỗ trợ và tôn vinh vào bước ngoặt vĩ đại này.

Hãy trân trọng tài liệu này. Hãy công nhận nó như là món quà của Ân Sủng. Hãy đáp lại nó. Hãy có can đảm để làm việc này. Hãy cưỡng lại sự bình định. Hãy cưỡng lại ảnh hưởng để trở nên thiếu sức sống và không phản ứng lại Tri Thức của chính bạn. Hãy cưỡng lại sự cám dỗ để cam kết bản thân cho hạnh phúc riêng của bạn trên tất cả mọi thứ khác.

Hãy cưỡng lại sự cám dỗ để tấn công những người thuộc các tín ngưỡng, nền văn hóa hoặc quốc gia khác. Hãy cưỡng lại Sự Can Thiệp thông qua nhận thức, thông qua tuyên truyền, thông qua hiểu biết. Hãy thúc đẩy sự hợp tác, thống nhất và chính trực của con người.

Hiểu Được Sự Can Thiệp

Những Bài Tóm Tắt của Đồng Minh sẽ khơi dậy nhiều câu hỏi. Điều này là tốt vì những câu hỏi này phải được hỏi và xem xét. Không đơn thuần rằng câu trả lời nên được sẵn sàng đưa ra, mà rằng câu hỏi phải được xem xét một cách sâu sắc và rằng người đưa ra câu hỏi tự suy nghĩ câu trả lời có thể là gì.

Nếu nhân loại muốn trở nên mạnh mẽ và tự quyết trong Cộng Đồng Vĩ Đại, thì nó phải có nhiều người hơn có thể suy nghĩ độc lập và kỹ lưỡng và xem xét mọi thứ một cách sâu sắc.

Bản thân Đồng Minh sẽ luôn là bí ẩn. Đối với một số người, điều này sẽ là khó khăn, nhưng nó phải là như vậy, vì Đồng Minh thật sự đang bí mật theo dõi Sự Can Thiệp, và để bảo vệ mình, Đồng Minh phải luôn ẩn giấu.

Bản thân Đồng Minh sẽ không tiết lộ nhiều thông tin về nguồn gốc của họ, danh tính của họ và vân vân. Họ tuyên bố rằng thông tin này sẽ vô nghĩa đối với con người, nhưng thật sự lý do lớn hơn cho điều này đó là Đồng Minh muốn duy trì sự ẩn danh của họ. Sự ẩn danh này bảo vệ họ và các nguồn tin của họ.

Có lẽ khó để chấp nhận những điều này vào lúc đầu bởi vì con người không hiểu được khó khăn của cuộc sống trong Cộng Đồng Vĩ Đại. Họ không hiểu được cách Tri Thức phải được truyền từ chủng loài này sang chủng loài khác, đặc biệt khi có một tình huống như Sự Can Thiệp đang xảy ra. Nói một cách nôm na, nhân loại đang bị vây hãm, mặc dù có lẽ đây có vẻ là một từ quá khích vì hoạt động của "các vị khách" có vẻ rất tinh vi và lẩn tránh. Nhưng dựa vào kết quả của Sự Can Thiệp này, từ "vây hãm" ở đây thật sự là thích hợp. Nếu bạn cố gắng giúp đỡ một quốc gia khác đang bị vây hãm và bạn muốn ẩn mình, thì bạn phải bảo vệ bản thân và các nguồn tin của mình và giao tiếp bằng cách sao cho thông điệp có thể được phân phát một cách hiệu quả với nguy cơ tối thiểu rằng thông tin bị hủy hoại hoặc bị làm hỏng theo bất kỳ cách nào.

Đây là lý do tại sao thông điệp đang được trao cho một người. Nếu nó được trao cho nhiều người, thì họ có thể có lẽ thông dịch sai nó, và họ sẽ có các phiên bản khác nhau về những gì họ đã được trao, và sau đó họ sẽ cạnh tranh với nhau, và toàn thể thông điệp có thể bị mất hoặc bị làm hỏng. Miễn là người này có thể tiếp tục nhận lãnh thông tin, và nếu ông ta có đủ sự hỗ trợ xung quanh ông, thì đây là sự bảo vệ tốt nhất chống lại sự hiểu lầm và chống lại xung đột trỗi lên. Bởi vì đây là thông tin mà nhân loại không thể tự mình có được, nó phải được được cung cấp bởi những loài trong Cộng Đồng Vĩ Đại, những loài đang cố gắng giúp đỡ bạn và lo lắng về tự do của bạn trong tương lai.

Làm sao nhân loại có thể tự mình hiểu được sự phức tạp của mối quan hệ trong Cộng Đồng Vĩ Đại? Điều đó là không thể. Và nếu bất kỳ nỗ lực nào được thực hiện để giải thích những điều này, à, nó sẽ có vẻ tuyệt vời, và con người sẽ không có cách nào để tự mình xác minh điều đó, tất nhiên trừ khi họ mạnh mẽ với Tri Thức.

Do đó, Đồng Minh sẽ luôn bí ẩn. Một số người sẽ hiểu được điều này. Một số người sẽ không hiểu được điều này. Đồng Minh không thể tiết lộ nhiều về lịch sử của chính họ ngoài những gì họ đã nói với bạn trong Những Bài Tóm Tắt. Một số người có thể chấp nhận điều này. Những người khác sẽ trở nên nghi ngờ. Nhưng những gì chúng tôi đang thật sự nói ở đây là về sự kín đáo. Bạn không tiết lộ mọi thứ cho mọi người vào lúc đầu khi họ hầu như không thể hiểu hoặc chấp nhận những món quà ban đầu của bạn. Những câu hỏi đầu tiên của họ phải không được trả lời bởi vì họ không đủ tin tưởng vào người liên lạc của họ, và họ không có đủ tin tưởng vào Tri Thức của chính mình, Trí Tuệ Thánh Linh bên trong họ, để có thể phân biệt đâu là thật và đâu là không thật.

Bởi vì có rất ít sự trung thực trong thế giới, những gì thật sự trung thực sẽ bị nghi ngờ và sẽ bị coi là gian xảo, đặc biệt bởi những người gian dối. Thật ra rất khó để giới thiệu điều gì đó tinh khiết cho thế giới mà nó không bị ô uế hoặc bị thoả hiệp, ngay cả vào lúc đầu. Người được chọn để nhận lãnh những thông điệp này được chọn vì ông ấy không có địa vị trên thế giới, vì ông không có địa vị xã hội và vì ông đã được chuẩn bị tốt cho điều này. Vâng, ông ấy sẽ có câu hỏi, và ông ấy có câu hỏi. Vâng, ông ấy sẽ sợ hãi những thứ nào đó, và ông ấy đã sợ. Nhưng miễn là ông có thể nhận lãnh thông điệp và trình bày nó trong hình dạng tinh khiết, cho dù bản thân ông có thể hiểu nó trọn vẹn hay không, đó mới là điều quan trọng. Bởi vì thông điệp có hình dạng tinh khiết và không tuân theo mong đợi, sở thích hoặc niềm tin của con người, vào lúc đầu không phải ai cũng có thể hiểu được nó. Và sẽ có nhiều thảo luận và nhiều nghi ngờ, và nhiều sự sợ hãi sẽ được phóng chiếu lên nó, đặc biệt bởi những người mà sự hiểu biết trước đây của họ bị thử thách trong bất kỳ cách nào bởi tân khải huyền này.

Hiển nhiên rằng con người sẽ muốn Đồng Minh trở thành nhiều thứ. Họ muốn Đồng Minh là vị cứu tinh. Họ muốn Đồng Minh là người giải cứu. Họ muốn Đồng Minh can thiệp và ngăn chặn bất kỳ lực lượng Cộng Đồng Vĩ Đại nào khác tiếp cận thế giới của bạn. Và con người sẽ cảm thấy, có lẽ, như thể họ đã bị phản bội hoặc thất vọng bởi vì Đồng Minh không ở đây để bảo vệ nhân loại. Nhưng hãy suy nghĩ về điều này. Nếu giả sử Đồng Minh đang ở đây để bảo vệ nhân loại, thì họ sẽ phải tiếp tục bảo vệ nhân loại, điều này đòi hỏi họ hầu như phải điều khiển thế giới của bạn. Tất cả các chính phủ trong thế giới của bạn sau đó sẽ phải được phối hợp với các hoạt động của Đồng Minh. Điều này do đó sẽ dẫn đến việc đánh mất tự do của bạn, dù là đánh mất tự do vào tay một người bạn.

Đó không phải là mục đích của Đồng Minh để giới hạn quyền lực của con người. Đó không phải là mục đích của họ để thay đổi các chính phủ hoặc đồng minh giữa các quốc gia. Mục đích của họ chỉ là để quan sát Sự Can Thiệp và cung cấp các lời bình luận của họ. Nếu bạn muốn ai đó cứu bạn, thì bạn sẽ trao cho họ quyền lực của bạn để làm việc đó. Đồng Minh sẽ không chấp nhận điều này. Và ngay cả khi họ huy động lực lượng cần thiết để đuổi những vị khách đang can thiệp vào vấn đề của con người, để chấm dứt Sự Can Thiệp, à, bạn sẽ có chiến tranh ở biên giới của mình. Và ngay cả các thế giới quê hương của Đồng Minh cũng sẽ bị đe dọa bởi vì họ đang ở đây mà không có bất kỳ sự cho phép chính thức nào từ các thế giới khác hoặc từ các liên minh thương mại hoặc bất cứ thứ gì tương tự. Ý chúng tôi muốn nói ở đây là Đồng Minh không thật sự được phép ở đây và làm những gì họ đang làm. Nếu bạn suy nghĩ về điều này thì bạn sẽ hiểu. Ngay cả trong thế giới của bạn, các chính phủ của bạn có những mật vụ cố gắng lấy thông tin, cố gắng can thiệp theo những cách nào đó, cho mục đích tốt hoặc xấu.

Điều duy nhất sẽ cứu nhân loại chính là nhân loại. Và để điều này là khả thi, nhân loại phải có hiểu biết lớn hơn và có cách tiếp cận rất tỉnh táo và khách quan với sự sống trong vũ trụ. Như lúc này, nói chung, hầu hết mọi người có một cái nhìn rất lãng mạn về sự sống trong vũ trụ. Họ bị mê hoặc bởi công nghệ và muốn nhiều hơn. Họ nghĩ rằng "sự tiếp xúc" sẽ mang lại cho họ những lợi ích không thể kể xiết. Họ nghĩ rằng các quốc gia tiên tiến sẽ dạy cho nhân loại cách sống trong hòa bình, cách duy trì môi trường và cách nâng cao mức sống cho mọi người khắp nơi.

Hãy suy nghĩ về điều này. Liệu điều này có khả thi không? Bạn nghĩ rằng con người muốn cuộc sống của họ bị thay đổi và bị kiểm soát bởi những thế lực không rõ à? Các vị khách có thể hứa những điều này vì nó đánh đúng vào kỳ vọng và mong muốn của con người. Các vị khách nói với con người, "Ồ, tất nhiên, chúng tôi sẽ trao cho bạn hòa bình và sự bình an. Chúng tôi không có chiến tranh." Bạn có muốn trao đi uy quyền của cuộc đời mình và khiến cuộc sống và hoàn cảnh của mình hoàn toàn bị kiểm soát chỉ vì lời hứa cho công nghệ lớn hơn hay lời hứa về hòa bình và bình an trên thế giới? Có hòa bình trong nhà tù bởi vì mọi người đều bị kiểm soát. Nhưng đây có thật sự là hòa bình? Hay nó đơn giản là sự kiềm chế chiến tranh?

Rồi thì có những người trên thế giới với vị thế tài chính sẽ bị đe dọa bởi Sự Can Thiệp, và họ hoặc sẽ chống cự Sự Can Thiệp để bảo vệ của cải của mình và đặc quyền của mình, hoặc họ sẽ cố gắng hợp nhất với Sự Can Thiệp cho lợi ích của riêng họ. Sự hợp nhất của họ với Sự Can Thiệp thể hiện một kịch bản rất nguy hiểm, và con người phải khá tỉnh táo và khách quan để đối phó với nó một cách hiệu quả.

Nhiều người sẽ đơn giản phủ nhận và nói, "À, điều này là không thể nào! Tôi không tin điều này. Các nền văn minh tiên tiến không cư xử như vậy. Và nếu họ ở đây, họ có thể giúp chúng ta, và chúng ta nên chào mừng họ!"

Và tất nhiên có nhiều người đơn giản không thể thậm chí xem xét những điều này bởi vì thực tế của Sự Can Thiệp nằm ngoài phạm vi hiểu biết của họ hoàn toàn. Sự sống trong vũ trụ? À, tốt thôi, có thể ở góc xa của thiên hà, nhưng không phải ở đây!

Và rồi thì sẽ có những người sẽ nói, "Ồ, những Đồng Minh này nói đúng! Chúng ta phải tự vệ bản thân! Hãy xây dựng hầm trú ẩm và sống dưới lòng đất và tích trữ vũ khí và không tin vào bất cứ ai và bất cứ thứ gì."

Vì vậy có khả năng rằng Những Bài Tóm Tắt của Đồng Minh có thể tạo ra một số kích động. Chắc chắn là sẽ có sự phủ nhận. Chắc chắn họ sẽ bị lên án và tấn công bởi những người từ những quan điểm khác. Nhưng đây là rủi ro cần phải được chấp nhận khi một thông điệp thiết yếu được trao ban, vào trong thế giới của bạn hoặc vào trong bất kỳ thế giới nào.

Liệu sự thật có thể được đón nhận ở đây mà không với sự căng thẳng và lên án không? À, hãy nhìn vào lịch sử của những Giáo Viên Tâm Linh vĩ đại mà đã công khai với thông điệp của họ. Điều đó trao cho bạn một minh chứng rất tốt. Một số người đã được tiếp cận, và nhiều người phẫn nộ. Sẽ có sự phẫn nộ về Những Bài Tóm Tắt của Đồng Minh, nhưng số ít người sẽ được tiếp cận, và họ sẽ có thể tiếp cận những người khác. Và dần dần, một hiểu biết và nhận thức mới sẽ từ từ vào trong ý thức con người. Nhận thức này là cực kỳ quan trọng, vì nhân loại hoàn toàn không được chuẩn bị cho Cộng Đồng Vĩ Đại, quá không được chuẩn bị, thật vậy, đến mức tình hình đã trở nên khá tuyệt vọng. Điều gì đó phải được thực hiện nếu không nhân loại sẽ trao đi chìa khóa cho vương quốc một cách miễn phí, công khai, với rất ít câu hỏi.

Hãy nhìn vào lịch sử của các dân tộc của thế giới của bạn, các dân tộc bản địa của thế giới, những người đã đơn giản quy phục và nói, "Ồ, vâng, tốt thôi. Chào mừng. Hãy dọn vào đi. Chúng tôi sẽ sống ở đây, và bạn có thể sống ở đó, và mọi thứ sẽ ổn thôi." Hãy nhìn xem điều gì đã xảy ra ở đây. Kịch bản mới này có thật sự rất khác không? Đó là một tình huống rất khó khăn để là chủng loài bị khám phá, để là người bản địa của thế giới mới, bị viếng thăm bởi những loài khác tìm kiếm giá trị và của cải và cơ hội của thế giới mới. Đó là khó khăn mà nhân loại đang ở trong vào lúc này.

Nhưng đây có phải là một thảm kịch vĩ đại không? Nó có thể trở thành một thảm kịch vĩ đại, tùy vào cách con người đáp lại. Tuy nhiên, nó cũng là một cơ hội vĩ đại, bởi vì sự hiện diện của các thế lực từ Cộng Đồng Vĩ Đại đang can thiệp vào trong các vấn đề của con người thật sự là cơ hội vĩ đại cho nhân loại để thống nhất bản thân và để trở nên mạnh mẽ trong sự phòng vệ của chính nó. Cần điều gì đó tầm cỡ này để vượt qua những thù hận bộ lạc và lịch sử giữa các nền văn hóa. Cần điều gì đó lớn hơn, một vấn đề lớn hơn, để thống nhất con người.

Đó giống như việc ở trong một căn nhà đang cháy. Nếu những người trong một phòng không nói chuyện với những người trong phòng khác, và những người ở tầng trên ghét những người ở tầng dưới, và căn nhà đang cháy, à, các bạn hoặc là giúp đỡ lẫn nhau, hoặc các bạn bỏ mạng. Thế giới giống như căn nhà đang cháy. Nó đang cháy do sự suy thoái môi trường và do xung đột ngày càng tăng giữa các quốc gia và các nền văn hóa. Nhưng ngọn lửa lớn hơn trong thế giới chính là sự hiện diện của các vị khách. Ngọn lửa lớn hơn chính là Sự Can Thiệp.

Nhân loại có thể đối phó với những vấn đề khác này mặc dù nó chưa làm việc đó một cách đầy đủ. Nhưng liệu nó có thể đối phó với sự hiện diện của những loài từ bên ngoài thế giới mà sở hữu những kỹ năng nhân loại vẫn chưa trau dồi? Bạn có thể dọn dẹp sân sau của riêng mình. Bạn có thể thay đổi cấu trúc chính phủ. Bạn có thể từ từ, với khó khăn lớn, mang công lý lớn hơn vào trong thế giới, và thật sự điều này phải được thực hiện. Nhưng liệu bạn có thể đối phó với thực tế của sự sống thông minh từ bên ngoài thế giới mình mà không với sự lãng mạn, không với kỳ vọng đầy hy vọng, không với sự tham lam? Liệu bạn có thể đối phó với điều này một cách khách quan và trung thực không? Liệu bạn có thể nói với các vị khách rằng, "Được rồi, nếu bạn đang ở đây, thì bạn phải tiết lộ bản thân và ý định của bạn, và chúng tôi sẽ quyết định xem bạn có quyền để ở đây hay không!"

Như Đồng Minh mô tả trong Những Bài Tóm Tắt của họ, nhân loại không nên để bất kỳ chủng loài bên ngoài nào vào lãnh thổ của mình mà không có sự cho phép từ người dân. Hiển nhiên rằng trong những hoàn cảnh hiện tại, sự cho phép này đã không bao giờ được hỏi và đã không bao giờ được cấp. Đó là lý do tại sao nó là Sự Can Thiệp và không phải sự viếng thăm.Các vị khách được mời vào. Họ đã xin phép để viếng thăm. Họ ở đây trong chuyến viếng thăm, với sự cho phép của những người được viếng thăm. Nhưng Sự Can Thiệp không có sự cho phép này. Nó bị ép buộc lên bạn. Một số người có thể nói, "Có lẽ những vị khách đã xin phép, và nó đã bị từ chối bởi các chính phủ của thế giới." À, ngay cả khi đây đã là trường hợp, các vị khách nên rời đi và không nên ở đây. Ngay cả khi các chính phủ của thế giới đã phạm sai lầm trong việc không chào đón sự chuyến thăm, nếu nó đã không được chào đón, thì các vị khách không nên ở đây—trừ khi họ đã đến để chinh phục và để can thiệp cho mục đích này.

Lý do nào khác để họ ở đây và tham gia nhiều vào các vấn đề của con người, quan tâm nhiều đến tâm sinh lý, tâm lý và tôn giáo của con người như vậy? Bạn nghĩ rằng họ đang thiếu những thứ này và đó là lý do tại sao họ đang viếng thăm à? Bạn nghĩ rằng họ sẽ trộm sách khỏi thư viện của bạn à? Họ có thể có tất cả thông tin này đơn giản bằng cách là người quan sát và thu thập tất cả dữ liệu và thông tin và truyền tải của bạn và vân vân. Họ sẽ không cần phải ở đây can thiệp vào các vấn đề của con người để tìm hiểu về bạn. Một số người nghĩ, "À, họ cần khả năng sinh sản của chúng ta. Hoặc họ cần tâm linh của chúng ta. Hoặc họ cần cảm xúc của chúng ta. Hoặc họ cần tôn giáo của chúng ta." Tất cả đều là sự ngu ngốc. Đây là việc nhắm mắt làm ngơ trước điều hiển nhiên.

Tại sao các quốc gia lại can thiệp với nhau? Hãy suy nghĩ về điều này. Nó không khác gì trong Cộng Đồng Vĩ Đại. Điều hiển nhiên đang bị bỏ qua. Con người muốn nghĩ về nó theo cách khác vì nó dễ đối phó hơn. Trời ơi, thật vậy! Một số người nói, "Ồ, họ đang ở đây vì họ cần sự giúp đỡ của chúng ta! Họ cần nguồn máu của chúng ta. Hoặc họ cần tôn giáo của chúng ta và chúng ta sẽ giúp họ và chúng ta sẽ cảm thấy rất tốt về bản thân và họ sẽ rất biết ơn."

Một số người nghĩ: "Chà, họ đang ở đây để mang đến cho chúng ta công nghệ mới và giúp chúng ta chấm dứt sự ô nhiễm." Bạn nghĩ rằng con người và các chính phủ sẽ sử dụng công nghệ mới này theo cách như vậy à? Các quốc gia trong thế giới sẽ giẫm đạp lên nhau để có công nghệ mới này cho sự ưu việt và sức mạnh bởi vì các quốc gia đang cạnh tranh với nhau.

Một số người nói, "À, họ đang ở đây vì họ muốn nghiên cứu chúng ta." Tại sao họ lại muốn nghiên cứu bạn? Họ có thể nghiên cứu bạn bằng cách nhận các truyền tải của bạn, mà đang được chiếu ra ngoài không gian. Thông tin của bạn rất dễ tiếp cận. Nó không cần họ ở đây để nghiên cứu bạn. À mà tại sao họ lại muốn nghiên cứu bạn? Tại sao lại dành rất nhiều thời gian và công sức cho việc nghiên cứu con người? Bạn nghĩ đây là một dự án khoa học à? Bạn nghĩ đây là một cuộc khám phá văn hóa à? Con người nghĩ rằng loài người là quá hấp dẫn, quá kỳ diệu và quá tuyệt vời đến nỗi các chủng loài khác sẽ dành kiểu thời gian này để nghiên cứu bạn à?

Lý do duy nhất mà các chủng loài bị nghiên cứu là cho lợi thế kinh tế hoặc chính trị trong Cộng Đồng Vĩ Đại. Và các chủng loài bị nghiên cứu mà không có sự cho phép của họ. Bạn có muốn ai đó nói, "Chúng tôi muốn nghiên cứu bạn. Bạn có thể là vật thí nghiệm trong phòng thí nghiệm của chúng tôi trong phần còn lại của cuộc đời bạn không? Chúng tôi sẽ cố gắng không làm hại bạn." Liệu bạn sẽ đồng ý với điều đó không? Đặc biệt nếu bạn phát hiện ra rằng bạn đang bị dùng để các nhà điều tra của bạn lợi dụng mọi thứ bạn là và mọi thứ bạn có? Nhiều người nghĩ, "À, các vị khách đang ở đây để giúp chúng ta," nhưng thật sự họ đang ở đây để giúp bản thân. Và con người đang khiến họ làm việc này rất dễ dàng.

Vì vậy bạn có thể hỏi, "À, tại sao không có nhiều người hơn nhận thức được điều này?" Câu trả lời cho điều đó thì khó vì nó liên quan đến một số yếu tố khác nhau. Đầu tiên là ảnh hưởng văn hóa và ảnh hưởng tôn giáo của con người mà thật sự không cho phép thực tế về sự sống thông minh trong vũ trụ, bất kể quan điểm có lẽ phóng khoáng của họ về chủ đề này. Điều cốt lõi là rằng không có chỗ nào trong nhận thức của con người về sự sống trong vũ trụ, trừ khi nó ở mức độ của một dạng sự sống nguyên thủy, dĩ nhiên rồi. Một miếng vi khuẩn thì không sao. Một chủng loài thông minh đang can thiệp vào vấn đề của con người thì không ổn.

Các chính phủ của thế giới sẽ không tiết lộ những gì họ biết bởi vì họ không có sự phòng thủ nào. Và những biện pháp phòng thủ mà họ có thì họ không thể dùng trọn vẹn mà không thông báo cho công chúng, và họ không tin tưởng công chúng, dân cư của chính họ, để ủng hộ một nỗ lực như vậy mà không hoảng sợ. Liệu chính phủ quốc gia bạn sẽ thông báo công khai rằng: "Chúng ta có Sự Can Thiệp đang diễn ra từ các chủng loài ngoài thế giới. Chúng tôi không thật sự hiểu được công nghệ của họ. Chúng tôi không chắc về mọi hoạt động của họ. Và chúng tôi không có biện pháp chống lại họ"?

Mọi người nghĩ rằng họ nên được cho biết, nhưng hầu hết mọi người không thể đối phó với nó. Họ không thể tiếp nhận nó. Họ sẽ chạy và cố gắng trốn ở đâu đó. Họ sẽ nghĩ rằng ngày tận thế gần rồi.

Có những người biết về Sự Can Thiệp nhưng nói, "À, chúng ta phải rất cẩn thận để không đưa ra bất kỳ kết luận sớm nào ở đây. Ý tôi là, chúng ta phải thu thập thêm dữ liệu. Chúng ta cần thêm bằng chứng." Thật sao? Để làm gì? Bạn không thể chỉ nhìn điều này và biết được bản chất nó à? Bạn định dành phần còn lại của cuộc đời mình để ghép những mảnh nhỏ của nó lại với nhau à? Đây không phải là một thí nghiệm khoa học. Đây là sự tương tác giữa các hình thể của sự sống!

Nếu bạn được chẩn đoán với một căn bệnh nghiêm trọng, liệu bạn có muốn trở thành một phần của thí nghiệm trong phòng thí nghiệm hay không? Hay bạn muốn được chữa khỏi? Bạn có thể sẽ muốn một phác đồ chữa bệnh được thiết lập càng sớm càng tốt, và nếu bạn thành tâm về việc giải thoát bản thân khỏi bệnh tật của mình, thì bạn sẽ trao cho nó tất cả sự tập trung của bạn. Nhưng một số người coi Sự Can Thiệp như thể nó là một thí nghiệm khoa học, và họ sẽ dành thời gian rất dài để ghép tất cả nó lại với nhau, và họ không muốn sai. Trong khi đó, thế giới của họ đang bị xói mòn ngay dưới chân họ. Họ không biết điều đó, và họ không nhìn thấy điều đó, và họ không muốn đưa ra những kết luận này vì chúng có vẻ phi khoa học, và chúng có vẻ thái quá, và bằng chứng đâu? Và bằng chứng là gì? Bạn phải thấy bao nhiêu trước khi nó rõ ràng? Với bản chất bí mật của Sự Can Thiệp, à, không nhiều thứ đang được hiển thị cho mọi người. Ít ra là không dưới ánh sáng ban ngày.

Vì vậy, cố gắng trở nên khoa học, bạn ghép nó lại với nhau, và bạn đang trên con đường tìm kiếm sự thật, và bạn không tìm được sự thật, và bạn chưa tìm được sự thật, và bạn sẽ không tìm được sự thật. Và bạn mâu thuẫn về việc tìm được sự thật bởi vì nếu bạn thật sự thấy được bản chất của nó, à, thì thí nghiệm khoa học của bạn kết thúc. Và bây giờ bạn phải thật sự hành động! Bạn phải thật sự làm gì đó! Và các đồng nghiệp của bạn sẽ nhìn bạn như thể bạn bị điên, như thể bạn đã mất trí, như thể bạn đã từ bỏ lý trí và sự khách quan của mình và lấy một vị trí ngông cuồng và thái quá. Vì vậy mặc dù sự thật được tìm kiếm, ít nhất là trên lý thuyết, nó bị phủ nhận, và không ai muốn chấp nhận rủi ro để biết bất cứ điều gì. À, đây là một điều rất khó để chấp nhận. Chúng tôi hiểu. Đây có thể là điều khó nhất mà bạn từng chấp nhận, ngoài cái chết của chính bạn.

Chúng tôi không mong đợi mọi người chấp nhận điều này ngay ban đầu. Nhưng chúng tôi phải nói về những khuynh hướng, niềm tin và thái độ mà ngăn cản con người biết được điều này vào bất cứ lúc nào. Bạn không muốn chờ đợi bằng chứng vì khi đó sẽ quá muộn. Khi đó, sẽ có rất ít phương sách.

Rồi thì con người sẽ nói, "À, các vị khách bây giờ đã chiếm đóng tất cả mọi thứ. Tôi đoán nó có nghĩa đó là lý do tại sao họ đang ở đây!" Và rồi thì bạn làm gì? Biểu tình? Viết thư cho thượng nghị sĩ của bạn? Than phiền với bạn bè của bạn? Đây là một tình huống rất nghiêm trọng. Con người phải chấp nhận rủi ro ở đây để thấy và để biết. Nhưng ngay cả khi chấp nhận rủi ro, bạn cũng cần một ít giúp đỡ bởi vì bạn không thể thấy được những gì bên ngoài biên giới của mình.

Người Mỹ Bản Địa đã có thể hiểu được sự phức tạp và cạnh tranh giữa các quốc gia châu Âu không? Không, họ đã không thể. Không thể nào nếu không có sự trợ giúp từ một nguồn bí ẩn hơn. Và thật sự vào thời điểm đó, Sự Hiện Diện Thiên Thần đã tích cực cố gắng báo cho người dân châu Mỹ rằng những thay đổi vĩ đại và bi thảm đang đến. Nhưng giống như bản thân bạn, những Người Bản Xứ đã không thể đáp lại bởi vì nó nằm ngoài phạm vi của tầm nhìn thế giới của họ. Nó không phù hợp với niềm tin hoặc sự hiểu biết của họ, và vì vậy những mặc khải như vậy, ở mức độ chúng có thể được cung cấp cho con người, phần lớn đã bị từ chối hoặc phớt lờ. Bạn nghĩ rằng Sự Hiện Diện Thiên Thần đã chỉ nhìn đi chỗ khác và để cho Người Mỹ Bản Địa bị xóa sổ à?

Con người muốn mọi thứ diễn ra tốt đẹp. Họ muốn được thoải mái. Vì vậy họ không nhìn, và nếu họ nhìn, họ không thấy, và nếu họ thấy, họ không hiểu bởi vì những gì họ muốn. Con người không muốn chiến tranh, và, kết quả là, họ phủ nhận chiến tranh cho đến khi chiến tranh áp đảo họ. Thay vì xóa bỏ xung đột ngay từ đầu, ngay khi tia lửa được thắp lên, họ chờ ngọn lửa chạm đến mình, và rồi họ nói, "Ồ, chúng ta phải chấm dứt điều này!"

Con người hỏi, "À, chúng tôi có thể thật sự làm được gì?" Có rất nhiều điều bạn có thể thật sự làm. Bạn phải bắt đầu với nhận thức. Bạn phải có sự hiểu biết về những gì bạn đang đối phó. Bạn không được cho phép bất kỳ lực lượng ngoài hành tinh nào đặt chân lên mảnh đất của thế giới này mà không có sự cho phép rõ ràng từ con người của thế giới bạn. Bạn có những quyền này. Bạn phải sử dụng chúng.

Ở đây cần thiết để có một cái nhìn rất bình thường về sự sống trong vũ trụ. Hãy nhìn lên các vì sao. Chúng là vật chất. Đây không phải là Thiên Đàng mà bạn đang nhìn vào. Đây không phải là trạng thái thiên đàng của bạn. Mọi loài trong vũ trụ, sống trong cuộc sống vật chất, phải đối phó với sự khắc nghiệt của cuộc sống vật chất—sự sinh tồn, cạnh tranh, khó khăn, thiếu thốn. Công nghệ không kết thúc những yêu cầu này và những khó khăn này. Trên thực tế, nó có thể khiến cho mọi thứ trở nên phức tạp hơn. Nó giải quyết một số vấn đề và tạo ra những vấn đề khác.

Bạn phải có cái nhìn trưởng thành về cuộc sống trong vũ trụ. Nếu bạn có cái nhìn thiếu niên, thì bạn sẽ không hiểu được. Và sự thiếu hiểu biết của bạn có thể thật sự là bi kịch. Nhận thức cần phải được thiết lập. Đây là mục đích của Những Bài Tóm Tắt của Đồng Minh—để thiết lập nhận thức, không phải để trả lời mọi câu hỏi, không phải để trao cho bạn sự hiểu biết trọn vẹn, nhưng để trao cho bạn một nhận thức. Việc đạt được nhận thức là việc cảnh giác về điều gì đó. Nó không có nghĩa là tất cả các câu hỏi của bạn về nó được trả lời hoặc thậm chí được thảo luận. Nhưng nó có nghĩa là bạn nhận thức về điều gì đó.

Thông điệp của Đồng Minh là rất đơn giản và rất ngắn, và trong nhiều cách rất chung chung bởi vì nó đang ở đây để khơi dậy nhận thức và để sửa chữa sự hiểu lầm. Đó là mục đích của nó. Ngoài nhận thức này, phải có sự phát triển trong hiểu biết tâm linh, nhận thức về môi trường tinh thần và sự sẵn lòng để thiết lập sự hợp tác lớn hơn giữa các quốc gia và các nền văn hóa.

Đây là một vấn đề toàn cầu. Nó không phải là vấn đề cho người Mỹ hay người Anh hay người Trung Quốc. Nó là một hiện tượng toàn cầu. Sự Can Thiệp không xem trọng dân tộc này hơn dân tộc kia, ngoại trừ khi dân tộc đó có thể giúp đạt được ý định của những loài đang can thiệp. Trong việc này, có nhiều trọng tâm vào nước Mỹ vì đây là quốc gia hùng mạnh nhất, có ảnh hưởng nhất. Nhưng đây là một hiện tượng toàn cầu.

Loài người bạn đang bị thử thách. Quyền của bạn để ở đây, quyền của bạn để được tự do và tự quyết trong vũ trụ, thì đang bị thử thách. Những loài đang can thiệp vào vấn đề của con người tin rằng bạn không thể tự quản bản thân và rằng bạn sẽ phá hủy thế giới, và vì vậy họ cảm thấy rằng đó là quyền và đặc quyền của họ để can thiệp. Thái độ của họ là, "À, loài người này! Hãy nhìn vào họ! Họ giống như động vật! Chúng ta sẽ mang lại trật tự và cấu trúc ở đây." Và một số người sẽ nghĩ, "Ồ, điều đó thật tuyệt vời! Cuối cùng, chúng ta sẽ có trật tự và cấu trúc."

Bạn có thật sự muốn trật tự và cấu trúc bị áp đặt lên bạn bằng cách này và ở mức độ này không? Đây không phải là cách mà nhân loại sẽ tiến bộ hoặc được nâng cao. Đây không phải là cách nhân loại sẽ thiết lập sự hợp tác và hòa bình trong thế giới. Bạn có muốn bị chiếm đóng? Bởi vì đó là điều bạn đang đối mặt. Một sự chiếm đóng toàn cầu, rộng lớn. Và nhiều người sẽ nói, "À, tôi không thể xem xét điều này. Tôi còn có những vấn đề khác." Chúng tôi nói, "Bạn có vấn đề nào khác quan trọng hơn vấn đề này?" Vâng, có những thứ khác trong cuộc sống của mỗi người mà phải được xem xét và giải quyết, nhưng không với cái giá của nhận thức này. Đây là nhận thức quan trọng nhất mà một người có thể có trong cuộc đời, trong thế giới này, tại thời điểm này.

Vì vậy bạn bắt đầu với nhận thức, và sau đó bạn phải nghiên cứu và học về cuộc sống trong vũ trụ. Và bạn có thể học điều này ở đâu? Tại trường đại học? Trong nhà thờ? Từ cha mẹ bạn? Từ bạn bè bạn? Từ báo chí? Hay tạp chí? Điều dạy bạn về cuộc sống trong vũ trụ có thể được học một phần từ lịch sử loài người. Sự hiểu biết về cách thế giới đã tiến hoá, và các thế lực đã định dạng nó, và cách các quốc gia đã tương tác với nhau sẽ dạy bạn rất nhiều điều về cuộc sống trong vũ trụ bởi vì nó không khác gì. Nó chỉ đang diễn ra trên một quy mô lớn hơn nhiều với nhiều ảnh hưởng và các loài tham gia khác nhau. Bạn cần một cái nhìn rất tỉnh táo về sự sống thông minh trong vũ trụ. Và bạn phải hiểu, ngược với những gì được tin bởi nhiều người ngày hôm nay, rằng công nghệ sẽ không giải cứu bạn. Nó sẽ chỉ thay đổi bạn. Công nghệ đã chưa giải cứu bất kỳ chủng loài nào trong vũ trụ. Nó đã chỉ thay đổi họ.

Vâng, có những quốc gia có thể áp đảo và thống trị loài khác nhờ công nghệ. Nhưng bản thân những quốc gia xâm lược này đã bị thay đổi bởi công nghệ. Công nghệ thật ra khiến bạn dễ bị ảnh hưởng trong Cộng Đồng Vĩ Đại. Nếu bạn có công nghệ mà không ai khác có, à, mọi người đều muốn những gì bạn có lúc này. Và làm sao để bạn phòng vệ những gì bạn có và bảo vệ những gì bạn có? Đó là một vấn đề mà những người rất giàu có phải đối mặt ngay cả trong thế giới của bạn. Họ sẽ làm cách nào để bảo vệ của cải của họ và đặc quyền của họ? Điều này hoàn toàn thay đổi cuộc sống của họ, bạn bè họ, các ưu tiên của họ, và thật sự có thể khiến cuộc sống của họ thật sự khốn khổ, như thường xảy ra.

Vị trí tốt nhất trong Cộng Đồng Vĩ Đại là để tự cung tự cấp, độc lập và cực kỳ kín đáo. Đây là sự khôn ngoan ở quy mô lớn hơn. Nhưng bạn có thể hiểu từ văn hóa loài người và lịch sử của chính mình cách mà điều này có thể đúng và tại sao điều này là đúng. Người vừa thắng một triệu đô la có đi ra ngoài và nói cho mọi người không? À, mọi thứ sẽ thay đổi nếu họ làm như vậy. Sự kín đáo, sự nhận biết. Rất quan trọng. Bây giờ quan trọng hơn bao giờ hết.

Do đó, rất nhiều điều có thể được học từ lịch sử của chính bạn. Bạn chọn cách nhìn khách quan và nói, "À, đây là điều xảy ra khi các quốc gia có năng lực khác nhau tương tác với nhau."

Nhưng nhiều người vẫn nghĩ, "Đó là định mệnh hiển thị. Nó phải như vậy. Nó là như vậy. Và nó không thể bị thay đổi. Và dù sao thì nó cũng sẽ xảy ra theo cách này." Điều đó thật nực cười! Nó có thể xảy ra theo nhiều cách khác nhau. Nó có thể đi theo nhiều cách khác nhau. Lịch sử không nhất thiết phải diễn ra theo cách nó đã diễn ra. Và có những người khác trong thế giới nghĩ rằng, "À, bất cứ điều gì xảy ra là điều đúng để xảy ra." Điều này còn nực cười hơn.

Tuy nhiên trong khi nhiều điều có thể được học bằng cách nghiên cứu lịch sử, văn hóa và tâm lý con người, cũng phải có thông tin mới, một góc nhìn mới. Bạn cần một góc nhìn lớn hơn, chứ không chỉ cần thông tin mới. Nếu bạn nhìn mọi thứ theo cách bạn đã luôn nhìn chúng, thì bạn sẽ thấy những gì bạn đã luôn thấy. Và không gì mới sẽ được tiết lộ. Vì vậy, để có một sự hiểu biết mới, một mặc khải mới, đòi hỏi một góc nhìn khác. Nếu không, tâm trí chỉ đơn giản bảo vệ những gì nó tin vào rồi và đẩy lùi hoặc chống lại bất cứ thứ gì thử thách điều đó.

Một quan điểm tâm linh mới và một hiểu biết về tâm linh trong vũ trụ đang được trao ban thông qua Giáo Huấn trong Thánh Linh Cộng Đồng Vĩ Đại. Thay vì nhận lãnh món quà này từ Đấng Tạo Hóa, một số người có thể nói, "À, tất cả điều này đều đến từ một người. Ông ấy sẽ trở nên thật giàu có và quyền lực!" Hả! Chúng tôi thật ra hy vọng ông ấy không bị tiêu diệt. Đó có phải là phúc lành để tất cả những điều này được trao thông qua bạn vào trong thế giới không? Đó có thật sự là phúc lành để bị nói xấu và bị lên án hoặc thậm chí bị thần thánh hoá bởi con người? Chúng tôi nghĩ đó là một gánh nặng vĩ đại và sự hi sinh vĩ đại để chấp nhận một trách nhiệm như vậy. Thứ tốt nhất bạn có thể mong ước là sự ẩn danh, nhưng bạn sẽ không có nó vì sớm muộn gì mọi người cũng sẽ phát hiện ra. "À, ông này thật sự nói rằng ông ấy có thứ mà không ai khác có," và sau đó mọi người phát điên lên vì điều đó. "Làm sao ai đó có thể nói như vậy! Ông ta nghĩ mình là ai vậy! Ông ta chắc hẳn đang giao du với ma quỷ! Và nếu ông ấy đang giao du với Thiên Thần, hừm, tại sao ông ấy là người được chọn mà không phải là tôi?" Bạn thấy không, thật khó để là sứ giả.

Nhưng ai đó phải làm việc này. Và một người cần sự hỗ trợ vĩ đại nếu không điều đó không thể được thực hiện. Họ phải có sự tin tưởng vĩ đại vào bản thân, sự tin tưởng vĩ đại vào Đấng Tạo Hóa và sự nhận biết vĩ đại để biết liệu họ đang được hướng dẫn đúng hay sai. Chắc chắn, bất kỳ ai đang bảo vệ tiền của mình hoặc vị thế xã hội của mình sẽ không thể ở trong vị trí như vậy mà không có sự xung đột cá nhân lớn lao.

Do đó, thông tin mới được cần ở đây, một góc nhìn mới, một góc nhìn Cộng Đồng Vĩ Đại. Bạn phải bắt đầu suy nghĩ như một người đang sống trong Cộng Đồng Vĩ Đại và không đơn giản là một người đang sống trong một khu phố hoặc một thị trấn. Cách nhìn có thể được học. Và khi bạn đạt được một cách nhìn mới, đặc biệt là một cách nhìn lớn hơn như thế này, à, thì bạn có thể thấy và biết những điều đã không là hiển nhiên trước đây. Và những điều này sẽ không được dựa trên suy đoán mà dựa trên sự quan sát rõ ràng.

Đến một lúc nào đó, bạn sẽ nói, "À, dĩ nhiên không ai được đến thăm chúng ta nếu không có sự cho phép của chúng ta!" Điều đó trở nên hiển nhiên. Vào lúc này, con người thậm chí không bao giờ nghĩ đến việc hỏi câu hỏi đó. "À, tôi không biết nữa..." Đến một lúc nào đó, bạn nhận thức được rằng các chủng loài tiến bộ tâm linh không đi quanh can thiệp vào những thế giới của loài khác. Họ có thể gửi thông điệp thông qua những nhà quan sát, như Đồng Minh của Nhân Loại, nhưng họ không can thiệp. Những chủng loài tiến bộ tâm linh trong vũ trụ không làm việc đó, bất kể nền văn hóa của họ, thế giới của họ, tính khí của họ hoặc bản chất của họ bởi vì đây là sự khôn ngoan và sự khôn ngoan là phổ quát. Vì vậy chỉ vì ai đó có thể bay trong đĩa bay và đến đây nhanh chóng, nói một cách tương đối, việc nghĩ rằng họ tiến bộ về tâm linh, à, đó là sự ngu ngốc. Vì vậy khi bạn đạt được cách nhìn Cộng Đồng Vĩ Đại, bạn nhận ra rằng những nhà thông thái không can thiệp. Những nhà thông thái không đến đây và thay đổi mọi thứ.

Có những trường hợp khi chất liệu di truyền sinh học sẽ được trao cho một chủng loài đang tiến hoá, nhưng đó không phải là những gì đang xảy ra trong thế giới vào thời điểm này, chúng tôi có thể đảm bảo với bạn. Nhân loại có mọi thứ nó cần để thành công. Nó không cần công nghệ tiên tiến. Nó không cần chất liệu di truyền sinh học của người ngoài hành tinh. Bất kỳ ai cố gắng nói khác vậy với bạn thì hoặc là một phần của Sự Can Thiệp hoặc đang vô tình hỗ trợ nó.

Nhân loại cần một cách nhìn mới. Nhưng bên trong bạn, và bên trong nhân loại, là hạt giống của Tri Thức, Tâm Trí Tâm Linh của bạn. Tri Thức này là cổ đại và đã luôn ở bên bạn. Nếu bạn có thể khám phá ra nó, thì nó sẽ tiết lộ cho bạn những gì bạn cần biết và những gì bạn cần làm. Tất cả mọi người được sinh vào trong thế giới ngày hôm nay đều được sinh với tiềm năng hiểu được Cộng Đồng Vĩ Đại bởi vì đây là thời điểm khi nhân loại tiếp xúc với sự sống trong vũ trụ, mà chúng tôi gọi là Cộng Đồng Vĩ Đại. Sự hiểu biết này đang ở bên trong bạn rồi.

Nếu bất kỳ chủng loài ngoài hành tinh nào nói với bạn, "À, chúng tôi đang ở đây để nâng cao mã di truyền của bạn", thì bạn không được tin điều này. Điều đó là không đúng. Nếu bạn thật sự muốn trở thành động vật thí nghiệm, nếu bạn thật sự muốn bị chiếm đóng, nếu bạn nghĩ rằng đây là ý nghĩa của việc tiếp xúc với sự sống trong vũ trụ, thì điều gì sẽ khiến bạn thay đổi suy nghĩ? Trải nghiệm sự chiếm đóng và một ngày nọ thức dậy và nói, "Lạy Chúa tôi! Tôi không còn là người tự do nữa và tôi không có phương sách nào"?

Có quá táo bạo khi nói rằng đây là vấn đề quan trọng nhất trong thế giới và rằng Chúa đã ban câu trả lời và câu trả lời đã được trao trong một giáo huấn? Có quá táo bạo để nói rằng đây là vấn đề quan trọng nhất trong thế giới và Chúa đã ban câu trả lời, và câu trả lời đang được trao thông qua một người? Có cách nào khác không để câu trả lời được trao? Nó sẽ được trao cho một trăm người à? Thông điệp sẽ không bao giờ vượt ra khỏi họ nếu như vậy.

Khi Giêsu đến, đã có một trăm Giêsu, tất cả đang cạnh tranh với nhau? "À, Giêsu của tôi là Giêsu thật, nhưng Giêsu của bạn thì không!" Đó không phải là cách khải huyền được mang vào thế giới bởi vì cách đó không hiệu quả.

Chúng tôi ở bên ngoài thế giới. Chúng tôi là Thiên Thần. Vì vậy chúng tôi có thể nói những điều táo bạo và sau đó đi nơi khác. Chúng tôi không phải đối mặt với hậu quả. Chúng tôi chỉ cung cấp thông điệp và mọi người hoặc phát điên với nó hoặc họ được soi sáng bởi nó. Nhưng chúng tôi ở nơi khác. Nó không ảnh hưởng đến chúng tôi.

Tuy nhiên, đối với sứ giả, thì lại là một câu chuyện khác. Ông ấy phải đối mặt với tất cả những phản ứng sẽ xảy ra. Đó không phải là việc dễ dàng. Hãy vui mừng vì bạn không được giao công việc này. Nhưng hãy hiểu rằng khi sự nhận biết của bạn xảy ra, bạn sẽ phải ủng hộ nhận thức này. Bạn sẽ không có khó khăn mà sứ giả có, nhưng bạn sẽ đối mặt với tất cả những thứ mà chúng tôi đang đề cập. Bạn sẽ thấy được ảnh hưởng của Sự Can Thiệp. Bạn sẽ thấy được ảnh hưởng của Chương Trình Bình Định. Bạn sẽ thấy được con người thờ ơ như thế nào, họ đầy phê bình như thế nào và họ đầy phủ nhận như thế nào. Và tất cả sự phẫn nộ của họ và tất cả sự nghi ngờ của họ và tất cả sự sợ hãi của họ và tất cả sự tránh né của họ, bạn sẽ thấy. Nó sẽ rõ như ban ngày. Và khi đó bạn sẽ hiểu được cách mặc khải xảy ra trong thế giới. Khi thông điệp phải được trao ban và thời gian là thiết yếu, đây là cách nó xảy ra. Đây là khó khăn. Đây là thử thách.

Vấn đề đích thực cuối cùng không là về Sự Can Thiệp, mặc dù đó là một vấn đề thật sự. Vấn đề lớn hơn là về khả năng đáp lại của con người. Khả năng của con người để đáp lại. Sự thiếu phản hồi. Phản hồi thiếu hiểu biết. Phản hồi tiêu cực. Nếu con người không thể đáp lại, à, thế giới sẽ bị cho đi.

Không có nhiều vị khách ở đây trong thế giới. Số lượng của họ không nhiều. Nhưng công việc của họ đang được biến thành dễ dàng bởi vì sự quy phục của con người và sự thiếu hiểu biết của con người. Một lần nữa, sự phản hồi. Khả năng để phản hồi. Nếu không có khả năng phản hồi, à, con người sẽ không phản hồi, và sự chiếm đóng sẽ xảy ra, ngay dưới chân họ. Và mọi người sẽ nghĩ, "Ồ, à, có điều gì đó đang xảy ra trong thế giới. Mọi thứ chắc chắn đang thay đổi!" Và nó sẽ có vẻ ổn cho đến khi họ biết được nó thật sự là gì.

Đó là lý do tại sao tại thời điểm này một Thông Điệp khẩn cấp đang được cung cấp. Nhận thức là điều đầu tiên. Sau đó bạn phải tìm hiểu về cuộc sống trong Cộng Đồng Vĩ Đại, việc bạn có thể bắt đầu làm bằng cách nhìn vào thế giới của chính mình một cách khách quan. Sau đó bạn phải bắt đầu đạt được cách nhìn Cộng Đồng Vĩ Đại và tìm hiểu về cuộc sống và tâm linh trong vũ trụ. Điều này bây giờ đang được trình bày trong giáo huấn về Thánh Linh trong Cộng Đồng Vĩ Đại. Không phải ai cũng có thể học được giáo huấn này, nhưng đủ người ở nhiều nơi sẽ cần tiếp cận nó để có thể hiểu được những gì đang diễn ra.

Nhân loại có thể chấm dứt Sự Can Thiệp vào ngày mai nếu nó được cung cấp thông tin và có nhận thức. Nhân loại có thể ngăn chặn Sự Can Thiệp dạng này trong tương lai nếu nó được cung cấp thông tin và có nhận thức và thống nhất. Con người quá bận tâm với bản thân đến mức biên giới của họ không được phòng vệ. Ồ, vâng, họ có biên giới, giữa nhau, biên giới, bức tường và sự phản kháng và thù địch khổng lồ. Nhưng biên giới của bạn với vũ trụ thì không được phòng vệ. Bạn không có bức tường nào để ngăn bên ngoài xâm nhập bởi vì bạn không nghĩ rằng có bên ngoài mà có thể đi vào hoặc sẽ đi vào.

Do đó, đây là thời gian cho sự can đảm, tin tưởng và trung thực. Thời gian cho sự xem xét thật sự bên trong bản thân bạn. Hãy đọc Những Bài Tóm Tắt của Đồng Minh và tự hỏi: "Tôi thật sự biết gì?" không phải "Tôi muốn gì?" hay "Tôi thích gì?" hoặc "Tôi tin điều gì?" nhưng là "Tôi thật sự biết gì ở đây? Điều này có thật sự đang xảy ra không?" Hãy hội ý với Tri Thức bên trong bản thân nếu bạn có thể, không phải với ý tưởng của bạn hay nỗi sợ hãi của bạn hay niềm tin của bạn, mà với thứ gì đó sâu hơn bên trong bạn. Đó là nơi mà sự xác nhận chân thật sẽ xảy ra. Sẽ cần sự can đảm vĩ đại để hỏi điều này vì nhận thức này sẽ thay đổi cuộc đời bạn. Nó sẽ giải phóng bạn. Và nó sẽ trao cho bạn định hướng. Nhưng bạn phải sẵn sàng có sự thay đổi này bên trong bản thân. Đây là sự mặc khải xảy ra bên trong mỗi người. Nó bị kháng cự nhiều. Bị trì hoãn nhiều. Nhưng nếu nó có thể diễn ra, thì đó là thứ quý giá nhất.

Chúng tôi gửi lời chúc phúc đến bạn và yêu cầu rằng bạn nhận lãnh lời cố vấn này và xem xét nó cho bản thân, vì bạn phải đưa ra quyết định cuối cùng. Chúng tôi chỉ có thể cung cấp thông tin. Chúng tôi không thể điều khiển. Sự Hiện Diện của các Giáo Viên đang ở với bạn.

THÔNG ĐIỆP TỪ MARSHALL VIAN SUMMERS

Là người nhận lãnh *Các Bài Tóm Tắt của Đồng Minh Nhân Loại (The Allies of Humanity Briefings)*, tôi hiểu ý nghĩa của việc được cung cấp một tầm nhìn và một hiểu biết lớn hơn tầm nhìn và hiểu biết của chính mình. Điều đó có thể vừa choáng ngợp, vừa khai sáng, lại vừa gây bối rối vì nó trái ngược với rất nhiều điều mà chúng ta đã mặc định và tin tưởng. Giờ đây, tôi nhận ra rằng chúng ta phải vượt qua ngưỡng cửa của sự cô lập của con người để bước vào một khung cảnh rộng lớn hơn của sự sống, nơi mà con người chúng ta, đứng trên thế giới quý giá duy nhất của mình, chỉ là một sợi chỉ nhỏ bé, mong manh trong tấm vải lớn hơn của sự sống trong vũ trụ.

Món quà của *Các Bài Tóm Tắt của Đồng Minh Nhân Loại* có hai khía cạnh. Thứ nhất là để cảnh báo chúng ta về một mối nguy hiểm sắp đến mà chúng ta đang phải đối mặt, và thứ hai là để chuẩn bị nhân loại cho cuộc sống vĩ đại hơn đang chờ đợi chúng ta. Điều này đòi hỏi chúng ta phải bắt đầu suy nghĩ và hành động như thể chúng ta là một phần của Cộng Đồng Vĩ Đại của sự sống thông minh, chứ không chỉ là thành viên của một quốc gia, bộ lạc, tôn giáo hay nhóm ưu tú nào đó. Điều này đòi hỏi chúng ta phải tìm hiểu về cả thực tế của cuộc sống và ý nghĩa của tâm linh chúng ta trong Cộng Đồng Vĩ Đại này. *Các Bài Tóm Tắt của Đồng Minh* và Giáo Lý về *Thánh Linh Cộng Đồng Vĩ Đại* thì đang ở đây để tiết lộ những điều này cho chúng ta.

Cuộc sống đang đưa chúng ta tiến về phía trước một cách nhanh chóng và buộc chúng ta phải đối mặt với những thực tế mà trước đây chúng ta chưa từng phải đối mặt. Cộng Đồng Vĩ Đại là một thực tế mới. Liệu chúng ta sẽ tiến lên để đối mặt với điều này, hay chúng ta sẽ ở lại phía sau với những nỗi sợ hãi, định kiến và sự an toàn giả tạo của những giả định cũ của mình? Chúng ta không thể tiếp tục thụ động và chờ đợi chính phủ và các nhà lãnh đạo tôn giáo của mình hướng dẫn chúng ta trong những vấn đề này. Họ có thể biết ít hơn chúng ta, hoặc vị thế của họ có thể bị ảnh hưởng bởi những điều họ không muốn chúng ta biết. Do đó, *Các Bài Tóm Tắt của của Đồng Minh Nhân Loại* đang được gửi trực tiếp đến người dân. Đây là nơi quyền lực thật phải nằm. Số phận và tương lai của nhân loại giờ đây nằm trong tay chúng ta, mỗi người trong chúng ta. Đấng Tạo Hóa đã ban cho chúng ta sức mạnh để đối mặt với điều này và mọi thách thức và cơ hội khác mà cuộc sống đặt trước chúng ta. Sức mạnh này nằm trong trí thông minh sâu thẳm mà tất cả chúng ta đều sở hữu, một Tri Thức sâu hơn trí tuệ của chúng ta, niềm tin hay giả định của chúng ta. Trong giây phút hãy nhớ lại những lần bạn không hiểu sao *biết được* điều gì đó. Đây là kiểu Tri Thức mà tôi đang nói đến. Đây là Tri Thức mà các Đồng Minh đang nói đến.

Câu hỏi thật trước mắt chúng ta là, liệu chúng ta có đủ lớn để chấp nhận quyền lực và trách nhiệm của sự hiểu biết trực tiếp này không? Liệu chúng ta có thể nhìn thấy sự thật, nghe thấy sự thật, nhận ra sự thật và có đủ can đảm để hành động dựa trên sự thật hay không? Liệu chúng ta có muốn mãi mãi lạc lối trong những xung đột và tranh cãi bất tận của mình hay không? Thời gian đang cạn dần. Chúng ta phải vượt qua ngưỡng cửa của sự cô lập của mình để nhìn thấy và để được chuẩn bị cho sự xuất hiện của Cộng Đồng Vĩ Đại và tất cả những ý nghĩa mà nó mang lại. Sự chuẩn bị không bắt đầu bằng việc các nhà lãnh đạo của chúng ta làm điều gì đó. Nó bắt đầu từ bạn, từ tôi và từ bất kỳ ai đủ may mắn để nhận lãnh sự hiểu biết mới này từ Đồng Minh của Nhân Loại.

Góc nhìn mà chúng ta cần thì đang ở đây ngay lúc này. Hãy đón nhận nhận thức mới này về sự sống trong vũ trụ và chia sẻ nó với người khác. Hãy để nhận thức mới này soi sáng ý nghĩa và mục đích cuộc đời bạn trên thế giới vào thời điểm này. Hãy trở thành một phần của phong trào đang mở rộng của những người đang bắt đầu đáp lại Cộng Đồng Vĩ Đại. Tiếng gọi đang ở đây. Đã đến lúc để đáp lại.

MARSHALL VIAN SUMMERS

CÓ MỘT NIỀM HY VỌNG MỚI TRÊN THẾ GIỚI.

Niềm hy vọng trên thế giới được thắp lại bởi những người trở nên mạnh mẽ với Tri Thức. Hy vọng có thể phai nhạt rồi lại được thắp sáng. Nó dường như đến rồi đi, tùy thuộc vào cách con người bị ảnh hưởng và những gì họ lựa chọn cho bản thân. Hy vọng ở với bạn. Việc những Đấng Vô Hình đang ở đây không có nghĩa là có hy vọng, bởi vì nếu không có bạn, sẽ không có hy vọng. Bởi vì bạn và những người giống như bạn đang mang niềm hy vọng mới vào trong thế giới vì bạn đang học cách nhận lãnh món quà Tri Thức. Điều này mang niềm hy vọng mới vào trong thế giới. Có lẽ bạn chưa thể thấy được trọn vẹn điều này vào lúc này. Có lẽ nó dường như vượt quá sự hiểu biết của bạn. Nhưng từ một góc nhìn lớn hơn, điều đó là rất đúng và rất quan trọng.

Sự trỗi lên của thế giới vào trong Cộng Đồng Vĩ Đại nói lên điều này, bởi vì nếu không ai chuẩn bị cho Cộng Đồng Vĩ Đại, nếu không ai học hỏi Con Đường Tri Thức trong Cộng Đồng Vĩ Đại hay Thánh Linh

Cộng Đồng Vĩ Đại, thì hy vọng dường như sẽ mờ đi. Và số phận của nhân loại dường như hoàn toàn có thể dự đoán được. Nhưng bởi vì có hy vọng trên thế giới, bởi vì có hy vọng trong bạn và trong những người giống như bạn mà đang đáp lại tiếng gọi lớn lao hơn, nên định mệnh của nhân loại có hứa hẹn lớn hơn, và sự tự do của nhân loại hoàn toàn có thể được bảo đảm.

♦

TỪ *NHỮNG BƯỚC ĐI ĐẾN TRI THỨC – ĐÀO TẠO NÂNG CAO*

(STEPS TO KNOWLEDGE - CONTINUATION TRAINING)

Sự Chống Cự

&

Trao Quyền

♦

SỰ CHỐNG CỰ & TRAO QUYỀN

Hành Động – Những việc bạn có thể làm

Ở mọi thời điểm, Đồng Minh đều khuyến khích chúng ta đóng vai trò tích cực trong việc nhận biết và chống lại Sự Can Thiệp của người ngoài hành tinh đang diễn ra trong thế giới ngày hôm nay, và trong quá trình đó bắt đầu xây dựng sự tự do, hợp tác và thống nhất của nhân loại mà có thể đảm bảo tự do và tương lai của chúng ta trong Cộng Đồng Vĩ Đại. Chúng ta có sức mạnh để làm được điều này. Việc đó tùy thuộc vào chúng ta.

Để chống lại Sự Can Thiệp và đạt được sự thống nhất này, cuối cùng sẽ đòi hỏi kỹ năng, sự tận tâm và sự hợp tác từ những người thuộc nhiều lĩnh vực, nền văn hóa và tín ngưỡng khác nhau. Tất cả bắt đầu từ nhận thức. Do đó, nhiệm vụ đầu tiên của chúng ta là để mang nhận thức mới này về Cộng Đồng Vĩ Đại và thông điệp của *Các Bài Tóm Tắt của Đồng Minh* đến càng nhiều người càng tốt. Có bốn điều mà mọi người có thể làm *ngay lúc này*:

- Phát triển nhận thức của chính bạn. Đừng để cuộc sống thường nhật của bạn che phủ nhận thức của bạn về tình hình nghiêm trọng này. Hãy học và đọc lại Các Bài Tóm Tắt của Đồng Minh. Hãy khám phá những câu hỏi mà chúng đặt ra. Hãy thấy được bản chất của Sự Can Thiệp, thấy được những hệ lụy lớn lao của nó và thấy được cách nó có thể ảnh hưởng đến cuộc sống của bạn và tương lai của tất cả những điều bạn trân trọng. Hãy học Con Đường của Tri Thức. Đây là cách mà các Đồng Minh đạt được sức mạnh và sự khôn ngoan của họ. Họ là học sinh của Tri Thức.

- HÃY CHIA SẺ THÔNG ĐIỆP CỦA ĐỒNG MINH VỚI NGƯỜI KHÁC. Bạn bè, gia đình (và thậm chí cả kẻ thù) của bạn cần nghe thông điệp này. Các nhà lãnh đạo chính phủ, doanh nghiệp và tôn giáo cũng cần nghe thông điệp này. Hãy lan tỏa nhận thức mới này. Hãy chia sẻ quan điểm mới này. Hãy tìm kiếm cơ hội để tuyên truyền. Thông tin này cần được chia sẻ rộng rãi nhất có thể. Ai cũng có tiềm năng nhìn thấy sự thật về Sự Can Thiệp, nhưng họ có thể sẽ không bao giờ thấy được nếu không ai chỉ cho họ. Bằng cách này, thông điệp quan trọng này có thể lan truyền nhanh chóng và hiệu quả thông qua nhiều mạng lưới quan hệ con người.

- HÃY ỦNG HỘ SỰ THỐNG NHẤT VÀ CHỦ QUYỀN LOÀI NGƯỜI TRÊN THẾ GIỚI CHÚNG TA. Hãy dùng sự hiện diện của Sự Can Thiệp như lời kêu gọi cho sự hợp tác và thống nhất của loài người. Hãy lên tiếng chống lại xung đột quốc gia, văn hóa và tôn giáo dưới mọi hình thức. Không một quốc gia hay nhóm nào sẽ chiến thắng nếu toàn thế giới bị đánh mất. Đã đến lúc củng cố gia đình loài người. Như *Các Bài Tóm Tắt của Đồng Minh* đã chỉ ra, một nhân loại chia rẽ sẽ không có sức mạnh hay hiệu quả nào trong Cộng Đồng Vĩ Đại.

- Hãy ủng hộ công việc của MV Summers và Hội cho Con Đường Tri Thức trong Cộng Đồng Vĩ Đại (The Society for The Greater Community Way of Knowledge) mà đã được trao Các Bài Tóm Tắt của Đồng Minh và là những người tiên phong trong sứ mệnh lớn lao này. Có tám tỷ người cần được tiếp cận với Thông Điệp của Đồng Minh và Giáo Lý về Thánh Linh Cộng Đồng Vĩ Đại. Sự đóng góp tài chính của bạn là được cần một cách gấp bách để có thể truyền bá thông điệp quan trọng này trên toàn thế giới nhằm xoay chuyển tình thế cho nhân loại. Hãy truy cập trang web của Hội tại: www.newmessage.org/vi.

Chúng ta đang đứng trước một ngưỡng cửa vĩ đại. Sự tham gia và đóng góp của bạn là vô cùng quan trọng đối với sự thành công của sứ mệnh lớn lao này. Sẽ không ai khác làm công việc này cho nhân loại. Chính chúng ta và những người như chúng ta phải hỗ trợ sứ mệnh này và bắt đầu xây dựng nhận thức mới này trong khắp gia đình loài người. Cũng như mọi sứ mệnh lớn lao khác, nó bắt đầu từ những cá nhân đầy cảm hứng và những nhóm nhỏ người đáp lại một nhu cầu lớn lao. Và chắc chắn đây là nhu cầu lớn lao nhất trong tất cả.

TÓM TẮT 12 ĐIỂM CỦA CÁC BÀI TÓM TẮT CỦA ĐỒNG MINH NHÂN LOẠI

Để giúp bạn chia sẻ Thông Điệp và Các Bài Tóm Tắt của Đồng Minh với người khác, chúng tôi đính kèm bản tóm tắt 12 điểm này về bốn bộ Tóm Tắt. Bản tóm tắt này chỉ mang tính tổng quan và không bao gồm nhiều chi tiết quan trọng giúp hiểu đầy đủ Các Bài Tóm Tắt của Đồng Minh. Vui lòng truy cập www.alliesofhumanity.org/vi để tải xuống phiên bản để chia sẻ với người khác.

1. Định mệnh của nhân loại là để trỗi vào và tương tác với Cộng Đồng Vĩ Đại của sự sống thông minh trong vũ trụ.
2. Sự Tiếp Xúc với các dạng sống thông minh khác tượng trưng cho bước ngoặt vĩ đại nhất mà nhân loại từng phải đối mặt. Kết quả của Sự Tiếp Xúc này sẽ quyết định tương lai của nhân loại trong nhiều thế hệ tới. Sự Tiếp Xúc này đang diễn ra ngay lúc này.
3. Nhân loại chưa sẵn sàng cho Sự Tiếp Xúc. Các nhà nghiên cứu vẫn chưa thể nhìn thấy rõ ai đang viếng thăm thế giới chúng ta và vì sao. Các chính phủ không tiết lộ những gì họ biết, và hầu hết mọi người vẫn phủ nhận rằng hiện tượng này thậm chí đang xảy ra.
4. Do sự thiếu chuẩn bị này, các Đồng Minh thật sự của nhân loại đã cử người đại diện đến một địa điểm gần Trái Đất để quan sát sự

hiện diện và hoạt động của người ngoài hành tinh trong thế giới của chúng ta. Các Bài Tóm Tắt của Đồng Minh Nhân Loại đại diện cho bản báo cáo của họ.

5. Các Bài Tóm Tắt tiết lộ rằng thế giới chúng ta đang trải qua một Sự Can Thiệp ngoài hành tinh bởi những thế lực mà, như hành động của chúng đã chứng minh, đang ở đây để lật đổ chính quyền loài người và để gia nhập vào xã hội loài người vì lợi ích riêng của chúng. Những thế lực này đại diện cho các tổ chức phi quân sự đang ở đây để tìm kiếm nguồn nhân lực và tài nguyên sinh học. Đồng Minh gọi những thế lực này là "Các Tập Đoàn." Các Tập Đoàn không coi trọng tự do của con người.
6. Bởi vì Sự Can Thiệp đang được thực hiện bởi các nhóm nhỏ các thế lực can thiệp, nên nó phải chủ yếu dựa vào sự lừa dối và thuyết phục để đạt được mục tiêu của mình. Các Bài Tóm Tắt của Đồng Minh mô tả chi tiết cách điều này đang được thực hiện và những gì chúng ta phải làm để ngăn chặn nó.
7. Sự Can Thiệp từ ngoài hành tinh này đang tập trung vào bốn lĩnh vực:
   - Nó đang ảnh hưởng lên một số cá nhân trong vị trí quyền lực và uy quyền trong chính phủ, thương mại và tôn giáo để hợp tác với Sự Can Thiệp thông qua lời hứa về sự giàu có, quyền lực và công nghệ lớn hơn.
   - Nó đang tạo ra những cơ sở bí mật trên thế giới mà từ đó Sự Can Thiệp có thể phủ ảnh hưởng của nó trong môi trường tinh thần, tìm cách khiến mọi người khắp mọi nơi trở nên đón nhận và tuân theo ý muốn của nó thông qua "Chương Trình Bình Định."
   - Nó đang thao túng các giá trị tôn giáo và thôi thúc tâm linh của chúng ta để giành được lòng trung thành của con người đối với mục tiêu của nó.

- Nó đang bắt người trái với ý muốn của họ, và thường là họ không hay biết, để hỗ trợ một chương trình lai giống được thiết kế để tạo ra một chủng loài lai và một tầng lớp lãnh đạo mới mà sẽ gắn bó với "những vị khách."

8. Những vị khách ngoài hành tinh mà có tiềm năng mang lại lợi ích cho nhân loại đều đã rút lui khỏi thế giới khi đối mặt với Sự Can Thiệp. Những loài còn lại là các chủng loài ngoài hành tinh không ở đây vì lợi ích của chúng ta. Điều này đặt chúng ta vào một tình thế rõ ràng về ý định và hoạt động của sự hiện diện của người ngoài hành tinh. Điều này cho phép chúng ta nhìn rõ mình đang đối phó với điều gì. Nếu không, chúng ta sẽ không thể phân biệt được bạn và thù.
9. Các Bài Tóm Tắt của Đồng Minh nhấn mạnh về mối nguy hiểm nghiêm trọng khi chúng ta chấp nhận và phụ thuộc vào công nghệ ngoài hành tinh được chào mời bởi Sự Can Thiệp. Điều này sẽ chỉ dẫn đến việc chúng ta trở nên phụ thuộc vào "những vị khách," dẫn đến việc đánh mất tự do và khả năng tự chủ của chúng ta. Không một Đồng Minh đích thực nào của nhân loại lại chào mời thứ này cho chúng ta. Đồng Minh nhấn mạnh rằng chúng ta có những giải pháp trên Trái Đất cho tất cả các vấn đề mà chúng ta đang đối mặt. Thứ mà chủng loài chúng ta thiếu là sự thống nhất, ý chí và sự hợp tác.
10. Mặc cho thách thức vĩ đại mà chúng ta lúc này đang đối mặt, nhân loại vẫn có một lợi thế to lớn nếu chúng ta có thể đáp lại kịp thời. Các Bài Tóm Tắt của Đồng Minh tiết lộ cả điểm mạnh và điểm yếu của Sự Can Thiệp. Một trong những điểm yếu của Sự Can Thiệp là sự phụ thuộc của nó vào sự quy phục và hợp tác của con người để đạt được mục tiêu của nó. Dựa theo các quy tắc ứng xử của Cộng Đồng Vĩ Đại trong khu vực không gian nơi thế giới chúng ta tồn

tại, thì Sự Can Thiệp không được cho phép trừ khi có thể chứng minh được rằng người dân bản địa hoan nghênh và chấp thuận nó. Ở đây tiếng nói của chúng ta có thể có sức mạnh trong Cộng Đồng Vĩ Đại. Vào thời điểm này, Sự Can Thiệp có rất ít người chỉ trích. Nhưng nếu đủ người nhận thức về nó và lên tiếng phản đối, thì Sự Can Thiệp sẽ bị cản trở và buộc phải rút lui. Đây là bước đầu tiên trong sự chuẩn bị của nhân loại để đối phó với thực tế của cuộc sống trong vũ trụ. Bước này và tất cả các bước tiếp theo mang lại cho nhân loại cơ hội lớn duy nhất của mình để vượt qua các xung đột lâu dài của mình và để đoàn kết trong việc tự vệ để bảo tồn thế giới. Đồng Minh nhấn mạnh rằng chúng ta, với tư cách là con người, có sức mạnh tâm linh và tập thể để làm được điều này, và chúng ta phải làm điều này nếu muốn tồn tại và tiến bộ như một chủng loài tự do và độc lập trong vũ trụ.

11. Việc chuẩn bị cho sự tiếp xúc của chúng ta với Cộng Đồng Vĩ Đại bắt đầu bằng nhận thức, giáo dục và Tri Thức, Tâm Trí tâm linh của chúng ta.
12. Khi đối mặt với Cộng Đồng Vĩ Đại, nhân loại phải xây dựng sự thống nhất, tự cung tự cấp và sự kín đáo. Đây là ba yêu cầu mà tất cả các quốc gia tự do phải thiết lập để được tự do trong vũ trụ.

Lúc này chúng ta đang đứng trước một ngưỡng cửa vĩ đại. Sự tham gia và đóng góp của bạn là thiết yếu đối với sự thành công của sứ mệnh lớn lao này. Sẽ không ai khác làm công việc này cho nhân loại. Chính chúng ta và những người như chúng ta phải hỗ trợ sứ mệnh này và bắt đầu xây dựng nhận thức mới này trong toàn thể nhân loại. Cũng như mọi sứ mệnh lớn lao khác, nó bắt đầu với những cá nhân đầy cảm hứng và những nhóm nhỏ người đang đáp lại một nhu cầu lớn lao. Và chắc chắn đây là nhu cầu lớn lao nhất trong tất cả.

♦

"Nếu nhân loại am hiểu về các vấn đề của Cộng Đồng Vĩ Đại, thì các bạn sẽ phản đối bất kỳ sự viếng thăm nào đến thế giới của mình trừ khi đã có thỏa thuận song phương được thiết lập trước đó. Các bạn sẽ đủ hiểu biết để không cho phép thế giới của mình trở nên dễ bị tổn thương như vậy."

Đồng Minh Của Nhân Loại, Tập Một

BÀI TÓM TẮT THỨ BA

Phụ Lục

♦

ĐỊNH NGHĨA THUẬT NGỮ

ĐỒNG MINH CỦA NHÂN LOẠI: Một nhóm nhỏ các sinh loài hữu hình đến từ Cộng Đồng Vĩ Đại mà đang ẩn náu trong vùng lân cận thế giới chúng ta trong hệ mặt trời của chúng ta. Nhiệm vụ của họ là để quan sát, báo cáo và tư vấn cho chúng ta về các hoạt động của những vị khách ngoài hành tinh và sự can thiệp trong thế giới ngày hôm nay. Họ đại diện cho những nhà thông thái trong nhiều thế giới.

NHỮNG VỊ KHÁCH: Một số chủng loài khác ngoài hành tinh từ Cộng Đồng Vĩ Đại đang "viếng thăm" thế giới chúng ta mà không có sự cho phép của chúng ta, và đang tích cực can thiệp vào vấn đề của con người. Những vị khách này tham gia vào một quá trình lâu dài để gia nhập vào cấu trúc và linh hồn của đời sống con người nhằm mục đích giành quyền kiểm soát con người và tài nguyên thế giới.

SỰ CAN THIỆP: Sự hiện diện, mục đích và hoạt động của những vị khách ngoài hành tinh trong thế giới.

CHƯƠNG TRÌNH BÌNH ĐỊNH: Chương trình thuyết phục và gây ảnh hưởng của các vị khách nhằm làm suy yếu nhận thức và khả năng nhận biết của con người về Sự Can Thiệp, để khiến nhân loại trở nên thụ động và tuân phục.

CỘNG ĐỒNG VĨ ĐẠI: Vũ trụ. Vũ trụ tâm linh và vật chất bao la mà nhân loại đang trỗi vào, mà chứa đựng sự sống thông minh dưới vô số hình thức.

NHỮNG ĐẤNG VÔ HÌNH: Các Thiên Thần của Đấng Tạo Hóa mà đang trông coi sự phát triển tâm linh của các chúng sinh trong Cộng Đồng Vĩ Đại. Đồng Minh gọi họ là "Những Đấng Vô Hình." Trong Giáo Lý về Tâm Linh Cộng Đồng Vĩ Đại, họ cũng được gọi là "Những Giáo Viên của Cộng Đồng Vĩ Đại."

ĐỊNH MỆNH CỦA NHÂN LOẠI: Nhân loại có định mệnh để trỗi vào Cộng Đồng Vĩ Đại. Đây là quá trình tiến hóa của chúng ta.

CÁC TẬP ĐOÀN: Những tổ chức phức tạp, thứ bậc, bao gồm nhiều chủng loài ngoài hành tinh được kết nối với nhau bởi một lòng trung thành chung. Có nhiều hơn một Tập Đoàn đang hiện diện trên thế giới ngày hôm nay mà những vị khách ngoài hành tinh thuộc về. Các Tập Đoàn này có những mục tiêu cạnh tranh nhau.

MÔI TRƯỜNG TINH THẦN: Môi trường của suy nghĩ nơi những tâm trí tập trung hơn phủ ảnh hưởng và sự thuyết phục lên những tâm trí yếu hơn.

TRI THỨC: Trí thông minh tâm linh đang sống bên trong mỗi người. Nguồn của mọi thứ mà chúng ta biết. Sự hiểu biết bẩm sinh. Minh triết vĩnh hằng. Phần bất diệt của chúng ta mà không thể bị ảnh hưởng, thao túng hay suy đồi. Tiềm năng trong mọi sự sống thông minh. Tri Thức chính là Chúa bên trong bạn và Chúa là tất cả Tri Thức trong vũ trụ.

CON ĐƯỜNG TRI THỨC: Nhiều giáo lý khác nhau trong Con Đường Tri Thức mà được giảng dạy trong nhiều thế giới trong Cộng Đồng Vĩ Đại.

THÁNH LINH CỘNG ĐỒNG VĨ ĐẠI: Một giáo lý tâm linh từ Đấng Tạo Hóa mà được thực hành ở nhiều nơi trong Cộng Đồng Vĩ Đại. Nó dạy cách trải nghiệm và thể hiện Tri Thức, cách bảo tồn tự do cá nhân trong vũ trụ. Giáo lý này được gửi đến đây để chuẩn bị nhân loại cho thực tế của cuộc sống trong Cộng Đồng Vĩ Đại.

THÔNG TIN VỀ MARSHALL VIAN SUMMERS

Marshall Vian Summers có thể cuối cùng sẽ được công nhận là một trong những nhân vật tiên tri nhất xuất hiện trong thời đại chúng ta. Từ năm 1983, ông đã âm thầm viết và giảng dạy một tâm linh mà thừa nhận thực tế không thể phủ nhận rằng nhân loại đang sống trong một vũ trụ rộng lớn và đông dân cư, và bây giờ khẩn cấp cần chuẩn bị cho thách thức của việc trỗi vào Cộng Đồng Vĩ Đại của sự sống thông minh.

MV Summers dạy về Tri Thức và Minh Triết vượt thời gian từ Cộng Đồng Vĩ Đại mà vô cùng cần thiết trong thế giới ngày hôm nay nếu nhân loại muốn vượt qua tham nhũng, xung đột, và chuẩn bị cho Cộng Đồng Vĩ Đại. Những cuốn sách của ông, *Thánh Linh Cộng Đồng Vĩ Đại: Tân Khải Huyền* và *Những Bước Đi đến Tri Thức: Quyển Sách về Sự Hiểu Biết Nội Tâm*, đoạt giải Sách Tâm Linh của Năm 2000, cùng nhau trình bày một khuôn mẫu tâm linh mới có thể được coi là "Thần Học về Sự Tiếp Xúc" đầu tiên. Trong toàn bộ tác phẩm của ông, khoảng hai mươi tập, chỉ một phần nhỏ được xuất bản bởi Thư Viện Thông Điệp Mới (New Knowledge Library). Những tác phẩm này cùng nhau đại diện cho một số giáo lý tâm linh độc đáo và tiên tiến nhất từng xuất hiện trong lịch sử hiện đại.

Marshall là Nhà Sáng Lập của Hội Thông Điệp Mới (The Society for the New Message), một tổ chức phi lợi nhuận 501(c)(3) cam kết để mang vào trong thế giới một nhận thức mới về vị trí của nhân loại trong vũ trụ. Với những quyển sách *Đồng Minh của Nhân Loại*, Marshall có lẽ trở thành nhân vật lớn đầu tiên đưa ra lời cảnh báo rõ ràng về bản chất thật sự của Sự Can Thiệp bởi người ngoài hành tinh đang diễn ra trên thế giới, kêu gọi trách nhiệm cá nhân, sự chuẩn bị và nhận thức tập thể.

Tác phẩm tiên phong của ông, *Sự Sống trong Vũ Trụ (Life in the Universe)*, trình bày toàn bộ phạm vi mặc khải của ông về bản chất của cuộc sống và tâm linh trong khung cảnh lớn hơn nơi chúng ta đang sống được gọi là "Cộng Đồng Vĩ Đại." Ông đã dành cả cuộc đời mình để nhận lãnh những mặc khải này về Cộng Đồng Vĩ Đại và cam kết để chia sẻ "Thông Điệp Mới" này với càng nhiều người càng tốt.

Tìm hiểu thêm về Marshall Vian Summers:
marshallsummers.com

Hãy lắng nghe và xem những bài giảng toàn cầu của Marshall Vian Summers:
www.youtube.com/marshallviansummers

Sách của Thông Điệp Mới

God Has Spoken Again (Chúa Đã Lại Lên Tiếng)

The One God (Một Chúa)

The New Messenger (Người Sứ Giả Mới)

The Greater Community (Cộng Đồng Vĩ Đại)

The Journey to a New Life (Hành Trình đến một Cuộc Sống Mới)

The Power of Knowledge (Quyền Lực của Tri Thức)

The New World (Thế Giới Mới)

The Pure Religion (Tôn Giáo Tinh Khiết)

Preparing for the Greater Community
(Chuẩn Bị cho Cộng Đồng Vĩ Đại)

Preparing for the Great Waves of Change
(Chuẩn Bị cho Những Đợt Sóng Vĩ Đại của Đổi Thay)

The Worldwide Community of the New Message from God
(Cộng Đồng Toàn Cầu của Thông Điệp Mới từ Chúa)

Steps to Knowledge (Những Bước Đi đến Tri Thức)

Greater Community Spirituality (Thánh Linh Cộng Đồng Vĩ Đại)

Relationships and Higher Purpose
(Mối Quan Hệ và Mục Đích Cao Cả)

Living The Way of Knowledge (Sống theo Con Đường Tri Thức)

Life in the Universe (Sự Sống trong Vũ Trụ)

The Great Waves of Change (Những Đợt Sóng Vĩ Đại của Đổi Thay)

Wisdom from the Greater Community: Books One and Two
(Minh Triết từ Cộng Đồng Vĩ Đại: Tập Một và Hai)

Secrets of Heaven (Bí Mật của Thiên Đàng)

The Allies of Humanity Books One, Two, Three and Four
(Đồng Minh của Nhân Loại Tập Một, Hai, Ba và Bốn)

www.ingramcontent.com/pod-product-compliance
Lightning Source LLC
LaVergne TN
LVHW040613061026
849523LV00001B/170
9781965580301